കാൾ മാർക്സിന്റെ കവിത

karl marxinte kavitha

•

translated by
o. n. v

•

first chintha edition
may 2008

•

second edition
may 2013

•

published
chintha publishers, thiruvananthapuram

•

typesetting
archa graphotechs, thiruvananthapuram

•

•

cover
vinod

•

വിതരണം

ദേശാഭിമാനി ബുക്ക് ഹൗസ്

H O തിരുവനന്തപുരം–695 035
www.chinthapublishers.com
chinthapublishers@gmail.com

ബ്രാഞ്ചുകൾ

ഹെഡ്ഓഫീസ് ബ്രാഞ്ച് കുന്നുകുഴി • ഓവർബ്രിഡ്ജ് തിരുവനന്തപുരം • കെ എസ് ആർ ടി സി ബസ് സ്റ്റേഷൻ ആലപ്പുഴ • കെ എസ് ആർ ടി സി ബസ് സ്റ്റേഷൻ എറണാകുളം • മച്ചിങ്ങൽ ലെയ്ൻ തൃശൂർ • ഐ ജി റോഡ് കോഴിക്കോട് • കെ എസ് ആർ ടി സി ബസ് സ്റ്റേഷൻ കോഴിക്കോട് • എൻ ജി ഒ യൂണിയൻ ബിൽഡിങ് കണ്ണൂർ • സെൻട്രൽ ബസ് ടെർമിനൽ കോംപ്ലക്സ് താവക്കര കണ്ണൂർ

CR - 1275 / 3213

കാൾ മാർക്സിന്റെ കവിത

വിവർത്തനം
ഒ. എൻ. വി കുറുപ്പ്

അവതാരിക
പി ഗോവിന്ദപ്പിള്ള

ചിന്ത പബ്ലിഷേഴ്സ്
തിരുവനന്തപുരം–695 035
വില :

ഉള്ളടക്കം

അവതാരിക

പി ഗോവിന്ദപ്പിള്ള

കാൾ മാർക്സിന്റെ കവിതയോ? ചിലരെങ്കിലും അൽപ്പമൊന്ന മ്പരന്നേക്കാം. അമ്പരക്കേണ്ട. ഒന്നും രണ്ടുമല്ല. അനവധി. മുന്നൂറു പുറം വീതം വരുന്ന മൂന്ന് നോട്ടുപുസ്തകങ്ങൾ നിറയെ. കൂടാതെ അ ദ്ദേഹത്തിന്റേതായി പൂർത്തിയാക്കാത്ത ഒരു ഗാനനാടകവും ഹാസ്യാ ഖ്യായികയുംകൂടി കണ്ടുകിട്ടിയിട്ടുണ്ട്. അതുപോലെതന്നെ മാർക്സിന്റെ ആത്മസുഹൃത്തും സഹപ്രവർത്തകനും അദ്ദേഹത്തോടൊപ്പം ശാ സ്ത്രീയകമ്യൂണിസത്തിന്റെ സഹസ്ഥാപകനുമായിരുന്ന ഫ്രെഡറിക് എംഗൽസും കവിതകളും കഥകളും രചിച്ചിട്ടുണ്ട്, കൂടാതെ ഹാസ്യചി ത്രങ്ങളും. പക്ഷേ, അവയൊന്നും മാർക്സിസ്റ്റ് സാഹിത്യസൃഷ്ടികളാ യിരുന്നില്ല. മറ്റേതെങ്കിലും അർഥത്തിൽ പക്വതയെത്തിയ കലാസൃഷ്ടി കളെന്നും അവയെ വിശേഷിപ്പിക്കാനാവില്ല. മാർക്സിസത്തിന്റെ അടി സ്ഥാനഘടകങ്ങൾ തങ്ങളുടെ വികാരത്തിലോ വിചാരത്തിലോ രൂപം കൊള്ളുന്നതിനുമുമ്പ്, കൗമാരത്തിൽനിന്നും യൗവനത്തിലേക്ക് കാൽ കുത്തുന്ന സംക്രമണകാലത്ത് ആ യുവപ്രതിഭകളിൽനിന്ന് നൈസർഗ്ഗി കമായി നിർഗ്ഗളിച്ച അപക്വമെങ്കിലും അനവദ്യസുന്ദരമായ നിർധരിക ളാണ് അവ.

മാർക്സിന് തന്റെ കവിതകളെക്കുറിച്ച് തെല്ലും മതിപ്പുണ്ടായിരു ന്നില്ല. അവയെ തന്റെ ബാല്യകാല ചാപല്യങ്ങളായിട്ടേ അദ്ദേഹം കരു തിയിരുന്നുള്ളൂ. അവയിലൊരെണ്ണമൊഴിച്ച് ഒന്നും ജീവിതകാലത്ത് അദ്ദേഹം പ്രസിദ്ധീകരിച്ചിരുന്നില്ല. പിൽക്കാലത്ത് ആരെങ്കിലും സന്ദർഭ വശാൽ അവയെയെങ്ങാൻ പരാമർശിച്ചാൽ തന്റെ അച്ഛനും അമ്മയും പരിഹസിച്ച് പൊട്ടിച്ചിരിക്കാറുണ്ട് എന്ന് മാർക്സിന്റെ പുത്രി രേഖപ്പെടു

ത്തിയിട്ടുണ്ട്. എന്നാൽ അവ എഴുതിയ കാലത്ത്—യൗവനത്തിലപ്പും പ്രേമവായ്പും ദാർശനികവ്യഥയും ആ യുവഭാവനയെ ഉദ്ദീപിപ്പിച്ച ആ സംക്രമണസന്ധിയിൽ—മാർക്സ് അവയെ അത്ര നിസ്സാരമായിട്ടല്ല പരിഗണിച്ചിരുന്നത് എന്ന് ഊഹിക്കേണ്ടിയിരിക്കുന്നു. ഒരു സമാഹാരം പ്രസിദ്ധീകരിക്കാൻ അച്ഛനോട് പണം ചോദിച്ചെഴുതുകയും ചെയ്തു. പക്ഷേ, സഹൃദയനും വ്യുൽപ്പന്നമതിയുമായ അച്ഛൻ ആ സംരംഭത്തെ പ്രോൽസാഹിപ്പിച്ചില്ല. അൽപ്പം കവിതയും സാഹിത്യവുമെല്ലാം നിർ ദോഷമെങ്കിലും, മകനായി അദ്ദേഹം കണ്ടുവച്ചിരുന്ന ജീവിതം പ്രഗത്ഭ നായ ഒരു അഭിഭാഷകന്റെയോ തത്തുല്യമായ മറ്റേതെങ്കിലുമോ ആണ്. അഥവാ ഇനി കവിതന്നെയാകണമെങ്കിലോ? ആദ്യമായി കുത്തിക്കുറി ച്ചുണ്ടാക്കിയത് അതേപടി അച്ചടിശാലയിലേക്ക് അയയ്ക്കുകയുമരുത്. അത് പെരുദോഷം വരുത്തിവയ്ക്കും. ഇരുത്തം വന്നതിന് ശേഷമെഴു തുന്ന പകകൃതികളേ അച്ചടിപ്പിച്ചുകൂടു എന്നദ്ദേഹം മകനെ ഗുണദോ ഷിച്ചു. അങ്ങനെ ആ യത്നം നടക്കാതെ പോയി.

ജന്മനഗരമായ ട്രയറിൽ ഹൈസ്കൂൾവിദ്യാഭ്യാസം പ്രശസ്ത മായി പൂർത്തിയാക്കി 1835-ലാണ് മാർക്സ് സർവകലാശാലയിൽ ചേർ ന്നത്. ആദ്യം ബോൺ, പിന്നെ ബർലിൻ, അവസാനം ജേന. 1841 ഏപ്രിൽ 15–ാം തീയതി മാർക്സിന് ജേന സർവകലാശാലയിൽനിന്ന് ഡോക്ട റേറ്റ് ബിരുദം ലഭിച്ചു. ആ വർഷത്തിൽത്തന്നെ അഥേനോം എന്ന ഒരു കാലികത്തിൽ 'വന്യഗീതങ്ങൾ' എന്ന കവിത പ്രസിദ്ധീകരിക്കപ്പെട്ടു. അതായത് മാർക്സിന്റെ 23–ാം വയസ്സിൽ. അപ്പോഴേക്കും കവിതാരചന യിൽ മാർക്സിന്റെ കമ്പം അസ്തമിച്ചുകഴിഞ്ഞിരുന്നു. ദാർശനികപഠന ങ്ങളും രാഷ്ട്രീയപ്രക്ഷോഭങ്ങളും അദ്ദേഹത്തിന്റെ സമയത്തിന്റെയും ശ്രദ്ധയുടെയും പൂർണാവകാശികളായി. തന്റെ കാവ്യപ്രചോദനത്തിന്റെ മുഖ്യപ്രഭവകേന്ദ്രമായിരുന്ന കാമിനീമണി ജെന്നിയാകട്ടെ 1842 ൽ സഹധർമ്മിണിയുമായി. കാവ്യപ്രതിഭ തന്റെ സിദ്ധികളിൽപ്പെടുന്നത ല്ലെന്നും സാധനകൊണ്ട് അത് നേടാനാവില്ലെന്നും മാർക്സ് തീരുമാനി ക്കുകയും ചെയ്തു. ആ സ്വയംവിമർശനം അദ്ദേഹം രേഖപ്പെടുത്തിവച്ചി ട്ടുമുണ്ട്.

അങ്ങനെ സർവകലാശാലാജീവിതകാലത്ത് അതിലും മുഖ്യ മായി 1837–39 ൽ ആണ് മാർക്സ് തന്റെ കവിതകൾ മിക്കതും രചിച്ചത്. അതായത്, 19 വയസ്സിനും 21 വയസ്സിനും ഇടയ്ക്ക്. ഈ രണ്ടു മൂന്നു വർഷത്തിനിടയിൽ അദ്ദേഹം എഴുതിത്തള്ളിയ കവിതകളുടെ എണ്ണ വും നീളവും ശിൽപചാതുരിയും ആ യുവവിദ്യാർത്ഥിയുടെ അസാമാ ന്യമായ കഴിവിനും ഭാവനാവിലാസത്തിനും പാണ്ഡിത്യവ്യാപ്തിക്കും ഭാഷാവൈദഗ്ദ്ധ്യത്തിനും സാക്ഷ്യം വഹിക്കുന്നു. മാർക്സിന്റേതായി നമുക്ക് കിട്ടിയിട്ടുള്ള നൂറിൽപ്പരം കവിതകളിൽ 20 എണ്ണം തെരഞ്ഞെ ടുത്ത് വിവർത്തനം ചെയ്തിരിക്കുകയാണിവിടെ ഒ എൻ വി കുറുപ്പ്.

II

മഹാനായ മാർക്സിന് തന്റെ കവിതകളെക്കുറിച്ച് മതിപ്പില്ലായിരു
ന്നെങ്കിലും നമ്മെ സംബന്ധിച്ചിടത്തോളം ഒന്നിലേറെ കാരണങ്ങളാൽ
അവ വിലതീരാത്ത രത്നഖനികളാണ്.

അധൃഷ്യങ്ങൾ എന്ന് കരുതപ്പെട്ടിരുന്ന ദുരധികാരപ്രമത്തതയുടെ
രത്നകിരീടങ്ങൾ അനവധി തട്ടിത്തെറിപ്പിക്കുകയും ഭൂഖണ്ഡങ്ങളെ
ത്തന്നെ കീഴ്മേൽ മറിക്കുകയും യുഗയുഗാന്തരങ്ങളായി മാനവരാശി
ഹൃദയപൂർവം പുലർത്തിപ്പോന്ന മഹനീയ ജീവിതമൂല്യങ്ങളുടെ സാ
ക്ഷാത്കാരത്തിന് തുടക്കം കുറിക്കുകയും ചെയ്ത അനുപമമായ ഒരു
സിദ്ധാന്തസംഹിതയുടെയും കർമ്മപദ്ധതിയുടെയും ആവിഷ്കർത്താ
വാണ് മാർക്സ്. ആ യുഗസംക്രമപുരുഷന്റെ കൗമാരചിന്തകളിലേക്കും
വികാരവികാസങ്ങളിലേക്കും വെളിച്ചം വീശുന്ന ഈ കവിതാതല്ലജ
ങ്ങൾ ആരെയാണ് ആകർഷിക്കാതിരിക്കുക? പാറക്കെട്ടുകളിൽ തട്ടിത്ത
കർന്നും പളുങ്കുമണികൾ വിതറി പൊട്ടിച്ചിരിച്ചും പിടി കൊടുക്കാതെ
പാഞ്ഞൊഴുകുന്ന ഈ കാവ്യനിർദ്ധരിയിൽ പിൽക്കാലത്ത് മാർക്സ്
പിന്നിട്ട പടവുകളും എത്തിപ്പിടിച്ച സോപാനങ്ങളും അവ്യക്തമായെ
ങ്കിലും പ്രതിഫലിച്ചുകാണാം.

ഉദാഹരണത്തിന് ഭാവിമാർക്സിന്റെ മുൻകൂർപ്രതിച്ഛായ ഈ
വരികളിൽ ഓളം തല്ലുന്നില്ലേ എന്നു നോക്കൂ.

എനിക്കു വേണ്ടാ ശാന്ത–
    സ്വച്ഛജീവിതം—ഭൂമി
നടുക്കും കൊടുങ്കാറ്റിൻ
    കരുത്താണെന്നാത്മാവിൽ,
എന്റെ ജീവിതം സംഘർ–
    ഷങ്ങളാൽ നിറയട്ടെ
ഉന്നതമാകും മഹാ–
    ലക്ഷ്യമൊന്നണഞ്ഞിടാൻ
മർത്യവർഗസഞ്ചിത
    മായ നിങ്ങടെയീടു–
വെപ്പുകൾ തുറന്നെന്നെ
    കാട്ടുവിൻ കലകളെ,
എന്റെ ബുദ്ധിയാ,ലിന്ദ്രി–
    യങ്ങളാൽ പ്രപഞ്ചത്തെ
ഒന്നാകെ സമാശ്ലേഷി–
    ച്ചിന്നു ഞാനുണർന്നാവൂ!

അങ്ങനെ യുവസഹജമായ ആദർശപ്രേമത്തിന്റെയും വിക്ഷോഭ
ത്തിന്റെയും ഉച്ചകോടിയിൽ ചരിക്കുമ്പോഴും ആ യുവവിദ്യാർത്ഥി

വിണ്ണിൽനിന്ന് മണ്ണിലേക്ക് കണ്ണുപായിക്കാതിരുന്നില്ല. ഇമ്മാനുവൽ കാന്റ്, യോഹാൻ ഗോട്ട്ലൈബ്, ഫിഷ്ടെ തുടങ്ങിയ അതികായന്മാ രായ ദാർശനികർ വിണ്ണിലേക്ക് പറന്നുയരുമ്പോൾ താൻ ഈ എളിയ മണ്ണിലാണ്, തന്റെ തെരുവിലാണ് സത്യത്തെ തേടുന്നത് എന്ന് കാൾ പ്രഖ്യാപിക്കുന്നത് കേൾക്കൂ:

Kant and Fichte soared to heaven blue
Looking for some distant land
I but seek to grasp, correct and true
That which in the street I find

ഈ വരികൾ യഥാർഥത്തിൽ മാർക്സിന്റെ മനോഭാവത്തെയല്ല, ഹെഗലിന്റെ മനോഭാവത്തെയാണ് പ്രതിബിംബിപ്പിക്കുന്നത് എന്നും അക്കാലത്ത് ഹെഗലിനെക്കാൾ കാന്റിനെയും ഫിഷ്ടെയെയും പിൻതു ടർന്നിരുന്ന മാർക്സ്, ഹെഗലിനെ പരിഹസിക്കുകയാണതിൽ ചെയ്യു ന്നതെന്നും ഒരു പക്ഷമുണ്ട്. അതും ശരിയായിക്കൂടെന്നില്ല. അപ്പോഴും മാർക്സ് ഈ വ്യത്യാസം വ്യക്തമായിത്തന്നെ കണ്ടിരുന്നു എന്ന് വ്യക്തം.

മാർക്സിന്റെ കാലത്തെ ജർമനിയിലെ കാവ്യസംസ്കാരത്തി ലേക്കും ശില്പശൈലികളിലേക്കും യുവതലമുറയുടെ ആകെ ആശ യാഭിലാഷങ്ങളിലേക്കും ഒരുൾക്കാഴ്ച ലഭിക്കാൻ ഈ കവിതകൾ ഉപ കരിക്കും.

ഇതിനൊക്കെ പുറമെ, യുവസഹജമായ പദധാരാളിത്തവും അതി ഭാവുകത്വവും ആവർത്തനൗത്സുക്യവും മറ്റും പ്രകടമാണെങ്കിലും കവിത എന്ന നിലയിലും ഇവയിൽ പലതും അതീവ ഹൃദ്യങ്ങൾതന്നെ യാണ് എന്ന വസ്തുത ഒ എൻ വി യുടെ തികച്ചും സത്യസന്ധവും സമർഥവുമായ വിവർത്തനം നമ്മെ ബോധ്യപ്പെടുത്തും. ജർമനിയിൽ നിന്ന് ഇംഗ്ലീഷിലേക്ക് വിവർത്തനം ചെയ്തതിൽനിന്നാണ് ഒ എൻ വി മലയാളത്തിലേക്ക് ഭാഷാന്തരം നിർവഹിച്ചിരിക്കുന്നത്. ഈ മൂന്നു പകർത്തലിനുശേഷവും ഇവ ഇത്രയേറെ ആസ്വാദ്യമാണെങ്കിൽ മൂലം എത്രമേൽ മെച്ചമായിരിക്കും എന്ന് ഊഹിക്കാവുന്നതേയുള്ളൂ.

ഈ കവിതകൾക്ക് പിറവി നൽകിയ അന്തരീക്ഷവും കവിയുടെ മാനസികാവസ്ഥയും ആ കാലയളവിൽ മാർക്സിനെയും സഖാക്കളെയും രൂപപ്പെടുത്തിയ സാഹചര്യങ്ങളും ചുരുക്കമായെങ്കിലും അറിഞ്ഞിരി ക്കേണ്ടതുണ്ട്. എന്നാൽ മാത്രമേ സഹൃദയന് അവ പൂർണമായി ഹൃദ യസംവേദിയാകൂ. അതുകൊണ്ട് അൽപ്പമായി ഒന്നു വിവരിക്കാം.

III

ജർമനിയുടെ പടിഞ്ഞാറേപ്പകുതിയിൽ തെക്കുനിന്ന് ആരംഭിച്ച് വടക്കോട്ടൊഴുകി നെതർലാണ്ടിലൂടെ കടന്ന് ബ്രിട്ടനും ഡെൻ

മാർക്കിനും ഇടയ്ക്കായി കിടക്കുന്ന 'വടക്കൻ കടലി'ൽ ചെന്നുചേരുന്ന പ്രധാനപ്പെട്ട ഒരു നദിയാണ് റൈൻ. പടിഞ്ഞാറുനിന്നാരംഭിച്ച് വടക്കുകിഴക്കോട്ടൊഴുകി റൈനിൽ ചെന്നുചേരുന്ന ഒരു പോഷകനദിയാണ് മൊസെൽ. റൈൻനദിയുടെ പടിഞ്ഞാറെക്കരയിൽ തെക്കുവടക്കു നീളത്തിൽ കിടക്കുന്ന അതിർത്തിപ്രവിശ്യയാണ് റൈൻലാൻഡ്. റൈൻലാൻഡിന്റെ പടിഞ്ഞാറെ അതിർത്തിയിൽ തെക്കുഭാഗത്ത് ഫ്രാൻസും ഇപ്പോൾ വടക്കുഭാഗത്ത് ബെൽജിയവും ആണ്. 19-ാം നൂറ്റാണ്ടിന്റെ ആദ്യപകുതിയിൽ അനവധി ചെറുനാട്ടുരാജ്യങ്ങളായി ജർമനി വിഭജിച്ചുകിടന്ന കാലത്ത് റൈൻലാൻഡ് അവയിൽ ഏറ്റവും വലിയ പ്രഷ്യയുടെ ഭാഗമായിരുന്നു.

മൊസെൽനദീതീരത്തെ അതിപ്രാചീനമായ ഒരു നഗരമാണ് ട്രയർ. ക്രിസ്തുവർഷാരംഭകാലത്ത് റോമാചക്രവർത്തിമാർ സ്ഥാപിച്ച ഈ നഗരത്തിൽ ഇന്നത്തെപ്പോലെ മാർക്സിന്റെ കാലത്തും അനവധി റോമൻ സാമ്രാജ്യാവശിഷ്ടങ്ങൾ ഉയർന്നു കാണപ്പെട്ടിരുന്നു.

1818 മെയ് 5-ാം തീയതി, ഒരഭിഭാഷകനായിരുന്ന ഹെൻറീഹ് മാർക്സിന്റെയും ഹെൻറിയെത്തയുടെയും എട്ടുമക്കളിൽ മൂത്തവനായി കാൾ ജനിച്ചു. ഹെൻറിയെത്തയുടെ കടിഞ്ഞൂൽകുട്ടി, കാൾ ജനിക്കുന്നതിനു മുമ്പുതന്നെ മരിച്ചുപോയിരുന്നു. മാർക്സിന്റെ മാനസികവും വൈകാരികവും ആയ വളർച്ചയിൽ ജന്മദേശത്തിനും കുടുംബസാഹചര്യത്തിനും ഗണ്യമായ പങ്കുണ്ടായിരുന്നു എന്നത് അനിഷേധ്യമാണ്.

നൂറ്റാണ്ടുകളും സഹസ്രാബ്ദങ്ങളും പഴക്കമുള്ള ഉന്നതശീർഷങ്ങളായ ഭദ്രാസനപ്പള്ളികളുടെയും കൊത്തുപണികളിൽ പായലെരിച്ചു കയറുന്ന കോട്ടകൊത്തളങ്ങളുടെ അവശിഷ്ടങ്ങളുടെയും നിഴലിലാണ് ബുദ്ധിമാനും നിരീക്ഷണപടുവുമായ ആ ബാലൻ വളർന്നുവന്നത്. അങ്ങനെ ചരിത്രം പകലുറങ്ങുന്ന ആ പ്രാചീനനഗരം ബാല്യത്തിലേ പകർന്നു നൽകിയ ചരിത്രാവബോധം ഗ്രീക്ക്–റോമൻ സംസ്കാരത്തോടും ഭാഷയോടുമുള്ള ആജീവനാന്താഭിനിവേശമായി വളർന്നതിൽ അത്ഭുതമില്ല. ആ സ്വാധീനം യൗവനകാല കവിതകളിലെന്നപോലെ പകകാലപ്രബന്ധങ്ങളിലും നിരന്തരമായി ഒളിമിന്നി മറയുന്നത് കാണാം. ഗ്രീക്ക്പുരാണകഥകളും, റോമാചരിത്രസംഭവങ്ങളും ഹോമറും സോഫോക്ലിസും തൊട്ട് വെർജിലും ദാന്തെയും വരെയുള്ള കാവ്യപ്രതിഭകളും മാർക്സിന്റെ ചിന്താലോകത്തിലും ആവിഷ്കാരശൈലിയിലും അവിഭാജ്യഘടകമായിരുന്നു.

ഈ പഴമയുടെ തായ്വേരുകളോടൊപ്പം പുതുമയുടെ പൂക്കനികളും ട്രയറിനെയും ട്രയറുൾക്കൊള്ളുന്ന റൈൻലാൻഡിനെയും അനുഗ്രഹിച്ചിരുന്നു എന്നത് ചരിത്രത്തിന്റെ ആലോചനാമൃതമായ ഒരു സംഭാവനയാണ്. യൂറോപ്യൻ നാടുവാഴിത്തവ്യവസ്ഥയെ തകിടംമറിച്ച ഫ്രഞ്ച്വിപ്ലവത്തിന്റെ ഭൗതികവും ആശയപരവുമായ പ്രത്യാ

ഘാതം റൈൻലാൻഡിലെപ്പോലെ ജർമനിയുടെ മറ്റൊരുഭാഗത്തും അനുഭവപ്പെട്ടില്ല. ഫ്രാൻസിന്റെ അതിർത്തിയിൽ ഉരുമ്മിക്കിടക്കുന്ന റൈൻലാൻഡ് നെപ്പോളിയൻ കീഴടക്കി ഫ്രെഞ്ച് കോമൺവെൽത്തിൽ ലയിപ്പിക്കുകയും 'നെപ്പോളിയാനിക് കോഡ്' ഉൾപ്പെടെയുള്ള ബൂർ ഷ്വാജനാധിപത്യനിയമങ്ങൾ നടപ്പിലാക്കുകയും ചെയ്തതോടെ റൈൻ ലാൻഡിൽ വ്യവസായവൽക്കരണം ത്വരിതപ്പെട്ടു. ഫ്രാൻസും ബ്രിട്ടനു മായി താരതമ്യപ്പെടുത്തുമ്പോൾ റൈൻലാൻഡുൾപ്പെടെ ജർമനി വ്യാവസായികമായി വളരെ പിന്നോക്കമായിരുന്നു. എങ്കിലും ജർമനി യുടെ മറ്റേതു ഭാഗത്തെക്കാൾ വ്യവസായവൽകൃതവും ആധുനികവും ആയിരുന്നു മാർക്സിന്റെ ചെറുപ്പകാലത്തെ റൈൻലാൻഡ്.

"സ്വാതന്ത്ര്യം, സമത്വം, സാഹോദര്യം" എന്നീ ഫ്രെഞ്ച്‌വിപ്ലവാദർ ശത്രയം റൈൻലാൻഡിൽ വ്യാപകമായി പ്രചരിച്ചിരുന്നു. അവ പ്രചരി പ്പിക്കാൻ കമ്മിറ്റികളും ക്ലബ്ബുകളും നിലവിലുണ്ടായിരുന്നു. മാർ ക്സിന്റെ അച്ഛൻ ഹെൻറീഹ്‌തന്നെ ഫ്രെഞ്ചുവിപ്ലവത്തിന്റെയും ആദർശ ങ്ങളുടെയും ആരാധകനായിരുന്നു. ഫ്രെഞ്ചു വിപ്ലവത്തിന് ആശയപര മായി കളമൊരുക്കിയ ദിദിറൊ, വോൾട്ടയർ മുതലായ മഹാമതികളുടെ പല കൃതികളും ഹെൻറീഹ് മാർക്സിന് മനഃപാഠമായിരുന്നു. റൈൻ ലാൻഡ് പ്രാദേശികനിയമസഭയിലേക്കുള്ള തിരഞ്ഞെടുപ്പുകൾ കൂടു തൽ ജനാധിപത്യപരമാക്കണമെന്ന് 1834 ജനുവരി 18-ാം തീയതി ചെ യ്ത ഒരു പ്രസംഗത്തിന്റെ പേരിൽ അദ്ദേഹം പ്രഷ്യൻ പൊലീസിന്റെ നോട്ടപ്പുള്ളിയായി എന്ന് സർക്കാർ രേഖകളിൽ കാണുന്നു. അദ്ദേഹം അക്കാര്യത്തിൽ ഒറ്റപ്പെട്ട ഒരാളല്ലായിരുന്നു. അഭ്യസ്തവിദ്യരും ഇടത്ത രക്കാരുമായ റൈൻലാൻഡുകാർ പൊതുവെ ഫ്രെഞ്ചു വിപ്ലവാദർശങ്ങ ളിൽ ആകൃഷ്ടരായിരുന്നു.

റൈൻലാൻഡുകാരുടെ ആദർശപരത ഫ്രെഞ്ച് ബൂർഷ്വാവിപ്ലവസി ദ്ധാന്തങ്ങളിൽ ഒതുങ്ങിനിന്നില്ല. സുപ്രസിദ്ധ ഫ്രെഞ്ച്‌സാങ്കല്പിക സോഷ്യലിസ്റ്റ്‌ചിന്തകരായ സാങ് സിമോണിന്റെയും ചാൾസ് ഫൂറിയെ യുടെയും മറ്റും സിദ്ധാന്തങ്ങൾക്കും അവിടെ വലിയ പ്രചാരം സിദ്ധിച്ചി രുന്നു. സോഷ്യലിസ്റ്റ് ആശയങ്ങളുടെ ഈ പ്രചാരത്തിൽ പരിഭ്രാന്ത നായ ട്രയറിലെ ആർച്ച് ബിഷപ്പ് അവയ്ക്കെതിരായി ഒരു കല്പന പുറ പ്പെടുവിക്കാൻതന്നെ നിർബന്ധിതനായി. ജർമനിയിലെ പ്രഥമ സോഷ്യ ലിസ്റ്റുകാരൻ എന്ന് ചരിത്രകാരന്മാർ വിശേഷിപ്പിക്കുന്ന ലുദ്‌വിഗ് ഗാൾ അക്കാലത്താണ് ഫൂറിയെയുടെ സോഷ്യലിസ്റ്റ് ചിന്തകൾ പ്രചരിപ്പിച്ച് അധികൃതരുമായി ഏറ്റുമുട്ടിയത്. മാർക്സ് ജനിക്കുന്നതിന് രണ്ട് വർഷംമുമ്പ് 1816 ൽ ട്രയർ നഗരസഭയുടെ സെക്രട്ടറിയായി തിരഞ്ഞെടു ക്കപ്പെട്ട അദ്ദേഹം, മാർക്സ് ജനിച്ച 1818 ൽ സോഷ്യലിസ്റ്റ് പ്രവർത്തന ത്തിനായി ഒരു സംഘടന രൂപീകരിച്ചു. 'ദരിദ്രരായ സകലമാന ജർ മൻകാർക്കും വേലയും വേതനവും, ആവശ്യമായ വസ്തുവകയും താമ സസൗകര്യവും നല്കാനുള്ള യൂണിയൻ' എന്നായിരുന്നു അതിന്റെ പേര്. രാഷ്ട്രീയ സമൂഹ്യപ്രവർത്തനങ്ങൾ മൂലം അധികൃതരുടെ നീര

സത്തിനിരയായ ഗാൾ പല തവണ നാടുവിട്ട് ഫ്രാൻസിലേക്ക് പോ കാൻ നിർബദ്ധിതനാവുകയും അല്പം അന്തരീക്ഷമാറ്റം കണ്ടാൽ തിരിച്ചുവരികയും പതിവായിരുന്നു.

റൈൻലാൻഡ് പ്രദേശത്തെ അന്തരീക്ഷം ഇതായിരുന്നുവെങ്കിൽ ജർമൻ സർവകലാശാലകളിലും പരിവർത്തനത്തിന്റെയും സംവാദത്തി ന്റെയും സംഘർഷത്തിന്റെയും അലകൾ ആർത്തലയ്ക്കുകയായിരു ന്നു. അതാകട്ടെ സാഹിത്യസങ്കല്പങ്ങളെയും മതവിശ്വാസങ്ങളെയും കുറിച്ചായിരുന്നു പ്രധാനമായും. കാന്റും ഫിഷ്‌ടെയും ഹെഗലും ഫൊയർബാഹും തകർത്ത് പെയ്തിരുന്ന ആ പ്രാചീനവിദ്യാപീഠങ്ങളി ലേക്ക് അല്പംകൂടി കഴിഞ്ഞ് മാർക്സിനോടൊപ്പം നമുക്കു കടന്നു ചെല്ലാം.

IV

കാൾ കുട്ടിക്കാലത്തേ ഒരു ചുണക്കുട്ടിയായിരുന്നു—പഠിത്തത്തി ലും കളിയിലും കുസൃതിയിലും. തന്റെ പെങ്ങന്മാരെ കുതിരകളാക്കി കുനിച്ചുനിർത്തി പുറത്തുകയറി ഓടിക്കൽ കാളിന്റെ സ്ഥിരം വിനോദ മായിരുന്നു. 'കുതിര'കളുടെ കാൽമുട്ടുകൾ ഉരയുകയും ശരീരം തളരു കയും ചെയ്താലും കുതിരക്കാരൻ ഇറങ്ങാൻ കൂട്ടാക്കാതെ ഓടിച്ചു കൊണ്ടിരിക്കുമായിരുന്നുവത്രെ. ഇതെല്ലാം അവർ പൊറുക്കുന്നത് പിന്നീട് കിട്ടാനുള്ള സമ്മാനത്തെ ഓർത്താണ്: കേട്ടറിഞ്ഞതും അപ്പ പ്പോൾ കെട്ടിച്ചമയ്ക്കുന്നതുമായ കഥകൾ പറഞ്ഞ് അവരെ കാൾ രസി പ്പിക്കും. സ്കൂളിലും സർവകലാശാലകളിലും ചങ്ങാതിമാർക്ക് രണ്ട് കാര്യത്തിൽ കാൾ മാർക്സിനെ പേടിയായിരുന്നു. ഒന്ന് മൽപ്പിടുത്ത ത്തിൽ, മറ്റേത് നിശിതമായ പരിഹാസം കലർന്ന ദ്രുതകവിത രചിച്ച് അവരെ തൊലിയുരിക്കുന്നതിൽ. സർഗ്ഗശക്തിയും കവിഭാവനയും ചെറുപ്പംതൊട്ടേ മാർക്സിൽ പ്രകടമായിരുന്നു എന്ന് ചുരുക്കം.

വീട്ടിലും സ്വകാര്യ ട്യൂട്ടർമാരിലുംനിന്ന് പ്രാഥമികവിദ്യാഭ്യാസം പൂർത്തിയാക്കിയ കാൾ 1830-35 ൽ ട്രയറിലെ ഫ്രെഡറിക് വില്യം ജിം നേഷ്യത്തിൽ (ഹൈസ്കൂൾ) രണ്ടാംതലവിദ്യാഭ്യാസം പ്രശസ്തമായി നിർവഹിച്ചു. അവിടത്തെ ഹെഡ്മാസ്റ്റർ ചരിത്രാധ്യാപകനായിരുന്ന ഹ്യൂഗോ വൈറ്റൻബാഹ് ആയിരുന്നു. മാർക്സ്കുടുംബത്തിന്റെ സു ഹൃത്തും ഫ്രെഞ്ച് നവീനാശയങ്ങളിൽ തല്പരനും ആയിരുന്ന വൈറ്റൻ ബാഹ് പൊലീസിന്റെ നോട്ടപ്പുള്ളിയായപ്പോൾ അപരൻ അവരുടെ ചാര നുമായി. പരീക്ഷകഴിഞ്ഞ് വിദ്യാലയം വിടുമ്പോൾ ലോയ്ഹേഴ്സി നോട് യാത്രപോലും ചോദിക്കാതെപോയ കാളിന്റെ കൃത്യവിലോപ ത്തെക്കുറിച്ച് അദ്ദേഹം അച്ഛൻ മാർക്സിന് പരാതിക്കത്തയച്ചു.വിടു തൽപരീക്ഷയിൽ മാർക്സിന് വിവിധവിഷയങ്ങളിൽ കിട്ടിയ മാർക്കു കൾ രസാവഹവും ചിന്തനീയവുമാണ്. ലാറ്റിനും ഗ്രീക്കും വളരെ

മെച്ചം, മതബോധനം തൃപ്തികരം, ഫ്രെഞ്ചും കണക്കും മോശം, ചരിത്ര
മാകട്ടെ വളരെ മോശം! പിൽക്കാലത്ത് ഗണിതശാസ്ത്രത്തിൽ വലിയ
അവഗാഹം പ്രകടിപ്പിക്കുകയും 28-ാം വയസ്സിൽ തന്നെ കുറ്റമറ്റ മനോ
ഹരമായ ഫ്രെഞ്ചിൽ പ്രുധോണിനെതിരെ *തത്വശാസ്ത്രത്തിന്റെ ദാരി
ദ്ര്യം* എന്ന അത്യന്തം ഗഹനമായ ദാർശനികകൃതി രചിക്കുകയും ചരി
ത്രം സൃഷ്ടിച്ച ഒരു ചരിത്രവിജ്ഞാനീയ സിദ്ധാന്തം ആവിഷ്കരിക്കു
കയും ചെയ്ത മാർക്സിനെ ഇതോടൊപ്പം ഓർക്കുക. വിദ്യാർഥിയുടെ
അപാകതയോ വിദ്യാഭ്യാസമാനദണ്ഡത്തിന്റെ അപര്യാപ്തതയോ?

വിദ്യാലയവിടുതലിന് ഒരു ഉപന്യാസം സമർപ്പിക്കണമെന്നുണ്ടാ
യിരുന്നു അന്ന്. മാർക്സ് എഴുതിയ ഉപന്യാസം നഷ്ടപ്പെടാതെ കണ്ടു
കിട്ടിയിട്ടുണ്ട്. അത് വായിച്ചു വിലയിരുത്തിയ വൈറ്റൻബാഹ് ഏറ്റവും
വലിയ പ്രശംസയാണ് തന്റെ പ്രിയശിഷ്യന് നൽകിയത്. എങ്കിലും 17
വയസ്സുകാരനായ ആ വിദ്യാർത്ഥിയുടെ ഉപന്യാസത്തിൽ "അപൂർവപദ
ങ്ങളോടും പദപ്രയോഗങ്ങളോടും ഉള്ള അതിരുകവിഞ്ഞ അഭിനി
വേശം" ഉപേക്ഷിക്കേണ്ടതാണെന്നും ആ ഗുരുനാഥൻ ഉപദേശരൂ
പേണ രേഖപ്പെടുത്തി. *കമ്മ്യൂണിസ്റ്റ് മാനിഫെസ്റ്റോ, മൂലധനം, പതി
നെട്ടാം ബ്രൂമയർ ബോണപ്പാർട്ട്, ഫ്രാൻസിലെ ആഭ്യന്തരയുദ്ധം* തുട
ങ്ങിയ കൃതികളിലെ ചെത്തിച്ചിന്തേരിട്ട് ദുർമേദസ്സിന്റെ ലേശംപോലുമി
ല്ലാത്ത മണിമണിപോലുള്ള വാക്യശില്പചാതുരി കാണുമ്പോൾ
അർഥത്തെ കവിയുന്ന ഈ വാഗൈഭവപ്രകടനത്തിലുള്ള കൗമാര
കൗതുകം ഓർത്തുരസിക്കാൻ വകനൽകുന്നു. മാർക്സിന്റെ കവിതക
ളിലും ഈ കൗമാരവാസന നമുക്ക് കാണാം.

എന്നാൽ ആ ഉപന്യാസത്തിലെ അർഥതലം കൂടുതൽ പകവും
ഭാവിമാർക്സിലേക്ക് വിരൽ ചൂണ്ടുന്നതുമാണ്. 'ഒരു യുവാവിന്റെ ജീവി
തമാർഗം തെരഞ്ഞെടുക്കൽ' എന്നതാണ് വിഷയം. ഒരു ഖണ്ഡിക
ഇവിടെ ചേർക്കാം:

> മാനവസമുദായത്തിന്റെ നന്മയ്ക്കായി ഏറ്റവും കൂടുതൽ സംഭാ
> വന ചെയ്യാനുതകുന്ന ഒരു തൊഴിലാണ് നാം തെരഞ്ഞെടുക്കുന്ന
> തെങ്കിൽ, വൈഷമ്യഭാരങ്ങൾ നമ്മുടെ നടുവളയ്ക്കുകയില്ല;
> എന്തുകൊണ്ടെന്നാൽ ആ ത്യാഗങ്ങൾ എല്ലാവർക്കുംവേണ്ടിയു
> ള്ളതാണല്ലോ. അതിലൂടെ നമുക്ക് ലഭിക്കുന്ന ആനന്ദമോ? അത്
> ക്ഷുദ്രമോ പരിമിതമോ വ്യക്തിപരമോ ആയിരിക്കില്ല. അപ്പോൾ
> നമ്മുടെ കർമ്മങ്ങൾ ഒതുക്കത്തോടെയെങ്കിലും നിത്യതയിലേക്ക്
> നീളുന്നു. നന്മ നിറഞ്ഞവരുടെ തിളക്കമാർന്ന അശ്രുകണങ്ങൾ
> നമ്മുടെ ചിതാഭസ്മത്തിൽ പതിക്കും.

V

1835 ൽ ഹൈസ്കൂൾപഠനം പൂർത്തിയാക്കി യൗവനത്തിലേക്കും
സർവകലാശാലയിലേക്കും കാലുകുത്തുന്നതിനകം മറ്റുചില നേട്ട

ങ്ങൾകൂടി മാർക്സിന് കൈവന്നിരുന്നു. സഹപാഠികളിൽ മാർക്സിന്റെ ഉറ്റചങ്ങാതി എഡ്ഗാർ ആയിരുന്നു; മാർക്സ് കുടുംബത്തിന്റെ തൊട്ട ടുത്ത് താമസിച്ചിരുന്ന ലൂയി വോൺ വെസ്റ്റ്ഫാലൻ പ്രഭുവിന്റെ മകൻ. മറ്റൊരു നാട്ടുരാജ്യമായ ബ്രൂണസ്വിക്കിൽനിന്ന് രാജകീയപ്രതിനിധി യായി ട്രയറിലെത്തിയ വെസ്റ്റ്ഫാലൻ പ്രഭു സാഹിത്യരസികനും പണ്ഡിതനും പുരോഗമനാശയക്കാരനുമായിരുന്നു. അതുകൊണ്ട് പദ വിയിലും സമ്പത്തിലും താരതമ്യേന താഴ്ന്ന നിലയിലായിരുന്ന ഹെൻറീഹ് മാർക്സിന്റെയും കുടുംബത്തിന്റെയും സുഹൃത്താകാൻ അദ്ദേഹത്തിന് വൈഷമ്യം തോന്നിയില്ല. കാൾ അദ്ദേഹത്തെ പിതൃതുല്യം സ്നേഹിച്ചാ ദരിച്ചപ്പോൾ കാൾ മാർക്സിന്റെ അച്ഛനെക്കാൾ 12 വയസ്സ് കൂടുതലു ണ്ടായിരുന്ന ആ പ്രഭു ആ വിദ്യാർത്ഥിയോട് പുത്രവാത്സല്യത്തോടെ യെങ്കിലും തുല്യഭാവത്തോടെ പെരുമാറുകയും സാഹിത്യദാർശ നികപ്രശ്നങ്ങൾ ചർച്ചചെയ്യുകയും പതിവായിരുന്നു. സ്വന്തം അച്ഛ നിൽനിന്ന് വോൾട്ടയറെയും റൂസ്സോയെയും പഠിച്ച കാൾ ഹോമറെയും ഷേക്സ്പിയറെയും ഗോയ്ഥെയെയുംകുറിച്ച് ആദരിച്ചാരാധിക്കാൻ പഠിച്ചത് പിതൃകല്പനായ വെസ്റ്റ്ഫാലനിൽനിന്നാണ്. അക്കാലത്തെ മാർക്സിന്റെ കത്തുകളിലും കവിതകളിലും പ്രകടമാകുന്ന കാല്പ നികതയുടെ അതിപ്രസരവും ആ പ്രസ്ഥാനത്തിൽ അനുരക്തനായി രുന്ന വെസ്റ്റ്ഫാലനിൽനിന്ന് പകർന്നതാണ്. വെസ്റ്റ്ഫാലൻ അടു ത്തുള്ള കുന്നിൻചെരുവുകളിലും കാനനച്ഛായയിലും നടക്കാൻ പോകു മ്പോൾ ബാലസുഹൃത്തിനെയും കൂടെ കൊണ്ടുപോവുക പതിവായിരു ന്നു. ആ വിനോദസവാരികളിൽനിന്ന് ലഭിച്ച ഹോമർകവിതകളോടും ഷേക്സ്പിയർ നാടകങ്ങളോടും മറ്റുമുള്ള കമ്പം കാൾ മാർക്സിനെ അന്ത്യശ്വാസംവരെ പിൻതുടർന്നു. പിൽക്കാലത്ത് ഡോക്ടർബിരുദത്തി നായി രചിച്ച പ്രബന്ധം കാൾ സമർപ്പിച്ചത് വെസ്റ്റ്ഫാലൻ പ്രഭുവിനാ ണ്. അങ്ങനെ സമർപ്പിക്കാൻ അനുമതി തേടിക്കൊണ്ടുള്ള കത്തിൽ കാൾ എഴുതി:

> താങ്കളുടെ പ്രിയങ്കരമായ പേര് നിസ്സാരമായ ഒരു ലഘുലേഖ
> യുടെ ആമുഖത്തിൽ എഴുതിച്ചേർക്കുന്നത് എന്റെ പ്രിയമുള്ള
> പിതൃകല്പനായ സുഹൃത്തേ, എന്നോട് ക്ഷമിച്ചാലും. പക്ഷേ,
> എന്റെ സ്നേഹസൂചകമായ ഒരെളിയ തെളിവ് നല്കാൻ മറ്റൊരു
> സന്ദർഭംവരെ കാത്തിരിക്കാൻ എനിക്ക് ക്ഷമയില്ല. ആത്മചൈ
> തന്യം നല്കുന്ന വീര്യത്തെപ്പറ്റി എന്നെപ്പോലെ സംശയാലുക്ക
> ളായ ഏവർക്കും ഈ സൗഭാഗ്യം കൈവരട്ടെ. പ്രായം ചെന്നിട്ടും
> യുവവാസനകൾ കൈമോശം വരാതെ, സത്യത്തെ വിവേകപൂർ
> വം പ്രകീർത്തിക്കുകയും പുരോഗതിയെ സഹർഷം സ്വാഗ
> തംചെയ്യുകയും ചെയ്യുന്ന ഒരു വന്ദ്യവയോധികനെ ആരാധി
> ക്കാൻ സന്ദർഭം ലഭിക്കുക എന്ന സൗഭാഗ്യം. പിന്തിരിപ്പൻ ഭൂത
> ങ്ങളെയോ പലപ്പോഴും കറുത്തിരുളുന്ന അന്തരീക്ഷത്തെയോ

കണ്ട് അങ്ങൊരിക്കലും പിന്തിരിഞ്ഞോടിയിട്ടില്ല. ഈ ലോക
ത്തിന്റെ ഹൃദയത്തിൽ ജ്വലിക്കുന്ന ശ്രീകോവിലിനെ മറയ്ക്കുന്ന
തിരശ്ശീല തുളച്ചുകീറിക്കാണാൻ തീവ്രമായ ആദർശനിഷ്ഠ നൽ
കുന്ന ഉൾക്കാഴ്ച അങ്ങയെ സഹായിക്കുന്നു. ആദർശനിഷ്ഠ
ഒരു വ്യാമോഹമല്ലെന്നും അതൊരു സത്യമായ യാഥാർഥ്യമാ
ണെന്നും ഉള്ളതിന്, പിതൃകല്പനായ സുഹൃത്തേ. അങ്ങ് എനി
ക്കെന്നുമെന്നും ഒരു സജീവദൃഷ്ടാന്തമായി വർത്തിക്കുന്നു.

VI

ഈ കത്ത് ലൂയി വോൺ വെസ്റ്റ്ഫാലന്റെ മാഹാത്മ്യത്തെക്കാൾ
കൂടുതൽ അതെഴുതിയ യുവാവിന്റെ ആദർശപരതയും മൂല്യബോധവു
മാണ് നമ്മെ ബോധ്യപ്പെടുത്തുക. ഹോമറും ഷേക്സ്പിയറും ഇസ്കി
ലസും ഗോയ്ഥെയും, ആദർശനിഷ്ഠയുടെ സജീവദൃഷ്ടാന്തവും മാത്ര
മല്ല വെസ്റ്റ്ഫാലനിൽനിന്ന് മാർക്സിന് കിട്ടിയത്. തന്റെ ആജീവനാന്ത
സഖിയെയും—ഉറ്റചങ്ങാതി എഡ്ഗാറിന്റെ സഹോദരി, പിതൃകല്പനായ
സുഹൃത്തിന്റെ ഓമന മകൾ; കാളിന്റെ സഹോദരി സോഫിയുടെ കളി
ത്തോഴി; മാർക്സിനെക്കാൾ നാലു വയസ്സ് കൂടുതലുണ്ടായിരുന്ന
അതീവ സുന്ദരിയും സുശീലയും സംസ്കൃതചിത്തയുമായിരുന്ന
ജെന്നി വോൺ വെസ്റ്റ്ഫാലൻ. കളിക്കൂട്ടുകാരിയായി തുടങ്ങി കാമിനി
യായി വളർന്ന ജെന്നി ചെൻ--മാർക്സിന്റെ ജെന്നിക്കുട്ടി.

 എനിക്കു വേണ്ടാ ശാന്ത-
  സ്വച്ഛജീവിതം--ഭൂമി
 നടുക്കും കൊടുങ്കാറ്റിൻ
  കരുത്താണെന്നാത്മാവിൽ
എന്ന് പാടിത്തിമർക്കുന്ന കാമുകൻ ജെന്നിയുടെ ഓർമ്മ വരുമ്പോൾ
എഴുതുകയാണ്:

 'ജെന്നി'-എന്നൊരേ പദം മാത്രമായയോരോ വരി
 തന്നിലും കുറിച്ചിട്ടൊരായിരം പ്രബന്ധങ്ങൾ
 പൂർത്തിയാക്കുവാനെനിക്കായിടും, അതിലുപ-
 ഗുപ്തമാമൊരു ചിന്താലോകം ശാശ്വതകർമ്മം,
 ചാഞ്ചല്യമെഴാത്തതാമിച്ചകളതിസൗമ്യ-
 വാഞ്ഛരകൾ തുടിക്കുന്ന മധുരപദ്യങ്ങളും.

ട്രയറിലെ ഹൈസ്കൂൾ വിദ്യാഭ്യാസം പൂർത്തിയാക്കി 1835
ഒക്ടോബറിൽ ബോൺ സർവകലാശാലയിൽ ചേരാൻ മൊസെൽ നദി
യിൽ ബോട്ട് കയറുമ്പോഴേക്കും മാർക്സിന്റെ പ്രേമപാരവശ്യം മൂർദ്ധ
ന്യദശയിലെത്തിയിരുന്നു. എങ്കിലും സർവകലാശാലാ വിദ്യാഭ്യാസവും
വിജ്ഞാനദാഹവും ഒട്ടും കുറഞ്ഞില്ല. ചെന്നപാടേ ആവേശത്തള്ളലിൽ
ഒമ്പത് വിഷയങ്ങൾക്ക് അദ്ദേഹം പേർ രജിസ്റ്റർചെയ്തു. പക്ഷേ, താമ

സിയാതെ കഠിനാദ്ധ്വാനം മാർക്സിനെ ഒരു രോഗിയാക്കിയതിനാൽ വിഷയങ്ങളുടെ എണ്ണം ആദ്യം ആറായും പിന്നീട് മൂന്നായും കുറയ്ക്കാൻ നിർബന്ധിതനായി. ജർമൻകാല്പനികപ്രസ്ഥാനത്തിന്റെ സ്ഥാപകരായ ഷെല്ലിങ്ങും ഷ്ളെഗലും അവിടെ മാർക്സിന് പ്രിയപ്പെട്ട അധ്യാപകരായുണ്ടായിരുന്നത് ആ യുവകവിയുടെ കാല്പനികതയെ നെയ്യൊഴിച്ച് പൂർവ്വവൽ ജ്വലിപ്പിക്കാൻ പര്യാപ്തമായി. അവിടത്തെ 'കവികളുടെ ക്ലബ്ബ്,' 'ട്രയർ വിദ്യാർത്ഥി സംഘടന' മുതലായവയിൽ അംഗമായി നമ്മുടെ കഥാനായകൻ. പിന്നീട് ട്രയർ വിദ്യാർത്ഥി സംഘടനയുടെ പ്രസിഡന്റ് സ്ഥാനവുമേറ്റു.

രാത്രി ബഹളമുണ്ടാക്കിയെന്ന് പറഞ്ഞ് സർവകലാശാലാധികൃതർ ഒരുദിവസം അദ്ദേഹത്തെ തടവിലിട്ടു. നിയമവിരുദ്ധമായി ആയുധം സൂക്ഷിച്ചു എന്ന് ആരോപിച്ച് ഒരിക്കൽ പൊലീസും പിടികൂടി. ഒരു പ്രഷ്യൻപ്രഭുകുലജാതനായ വിദ്യാർത്ഥിയുമായി ദ്വന്ദ്വയുദ്ധത്തിലേർപ്പെട്ട് മാർക്സിന്റെ ഇടതുകണ്ണിന് പരിക്കേൽക്കുകയും ചെയ്തു. ചെലവോ കിട്ടുന്നതിലേറെ.

ഈ തകർപ്പൻജീവിതവും ധൂർത്തും മാതാപിതാക്കളെ കുണ്ഠിതപ്പെടുത്തി. മകനെ ബോണിൽനിന്ന് ബർലിനിലേക്ക് മാറ്റാൻ അച്ഛൻ നിശ്ചയിച്ചു. അങ്ങനെ ഒരു സെമസ്റ്റർ കഴിഞ്ഞെത്തിയ മാർക്സ് 1836 ൽ ബർലിനിലേക്ക് പുറപ്പെടുംമുമ്പ് ജെന്നിയുമായി രഹസ്യമായി വിവാഹപ്രതിജ്ഞ നടത്തുകയും ചെയ്തു. വെസ്റ്റ്ഫാലൻ കുടുംബവുമായി മാർക്സ്കുടുംബത്തിന് വളരെ അടുപ്പവും ലൂയി വെസ്റ്റ്ഫാലന് മാർക്സിനോട് വലിയ വാത്സല്യവും ഉണ്ടായിരുന്നു. എങ്കിലും ഈ വിവാഹബന്ധം അവർ അംഗീകരിക്കുമോ എന്ന് സംശയമുണ്ടായിരുന്നു. അത്രമാത്രമായിരുന്നല്ലോ ഇരുകുടുംബങ്ങളും തമ്മിലുള്ള സാമൂഹ്യവും സാമ്പത്തികവുമായ അകൽച്ച. അതുകൊണ്ടാണ് വിവാഹപ്രതിജ്ഞ രഹസ്യമായിവെച്ചത്. പക്ഷേ, മാർക്സിന്റെ കുടുംബക്കാർ അതറിയാൻ വൈകിയില്ല. മാർക്സ് തന്നെ അച്ഛനും വീട്ടുകാർക്കും അതെഴുതി അറിയിക്കുകയും ചെയ്തു. ബർലിനിൽനിന്ന് കാൾ ദാർശനികവ്യഥയും അനുരാഗപീഡയും മഥിക്കുന്ന തന്റെ മാനസികാവസ്ഥ അച്ഛനൊരിക്കൽ എഴുതിയത് കണ്ടുകിട്ടിയിട്ടുണ്ട്. അതിൽ ആ യുവവിദ്യാർത്ഥി എഴുതുന്നു:

> ഞാനങ്ങയെ വിട്ടുപോന്നപ്പോൾ ഒരു പുതിയ ലോകം എന്റെ മുമ്പിൽ തുറക്കപ്പെടുകയായിരുന്നു--പ്രേമത്തിന്റെ ലോകം. ആദ്യമതൊരു വിഭ്രാന്തി മാത്രമായിരുന്നു, സാക്ഷാത്കരിക്കുമെന്ന പ്രതീക്ഷയ്ക്കൊന്നും വകയില്ലാത്ത വിഭ്രാന്തി. എന്നെ വളരെ ആഹ്ലാദിപ്പിക്കുമായിരുന്ന ആ യാത്ര പ്രകൃതിയുടെ മഹിമാതിരേകത്തെപ്പറ്റി പ്രചോദനം കൊള്ളുവാൻ പോരുമായിരുന്ന യാത്ര. ജീവിതാനന്ദം ഉത്തേജിപ്പിക്കാൻ ഉതകുമായിരുന്ന ആ യാത്ര, യഥാർഥത്തിൽ എന്നെ ഒട്ടുംതന്നെ ഉന്മേഷവാനാക്കിയില്ല.

വാസ്തവത്തിൽ ആ യാത്ര എന്നെ കണക്കിലേറെ നിരുന്മേഷവാ നാക്കുകയാണ് ചെയ്തത്. എന്തുകൊണ്ടെന്നാൽ വഴിനീളെ ക്കണ്ട പാറക്കൂട്ടങ്ങൾ എന്റെ ഉള്ളിലെ വികാരങ്ങളെക്കാൾ കഠി നമോ പരുക്കനോ ആയിരുന്നില്ല. വൻനഗരങ്ങൾ എന്റെ രക്ത ത്തോളം തിളച്ചുമറിയുന്നതായിരുന്നില്ല. എന്റെ ഭാവനയിലെ വിഭ വങ്ങളെക്കാൾ അധികമോ, ദഹിക്കാനാവാത്തതോ ആയിരുന്നില്ല സത്രങ്ങളിലെ തീൻമേശകളിൽ നിരന്ന വിഭവങ്ങൾ. ഉപസംഹാ രമായി പറയട്ടെ, കലപോലും ജെന്നിയോളം സുന്ദരമായി തോ ന്നിയില്ല.

മാനസികവും വൈകാരികവുമായ ഈ ദുരവസ്ഥയിൽനിന്നുള്ള ആത്മനിഷ്ഠമായ ഒരുവക മോചനോപാധിയായിരുന്നു മാർക്സിന് അക്കാലത്തെ കാവ്യസപര്യ--അരിസ്റ്റോട്ടിൽ പറയുന്ന വികാരവിരേച നത്തിന്റെ വകഭേദം. അക്കാലത്തെ യൂറോപ്യൻസാഹിത്യാദികലക ളിൽ പൊതുവെയും ജർമൻസാഹിത്യത്തിൽ പ്രത്യേകിച്ചും സ്വാധീനം ചെലുത്തിയിരുന്ന കാല്പനികപ്രവാഹം വെസ്റ്റ്ഫാലന്റെയും ഷില്ലറു ടെയും ഷ്ളെഗലിന്റെയും പ്രചോദനത്താൽ മാർക്സിനെ അടിമുടി ആവേശിച്ചിരുന്നു എന്ന് ഈ കവിതകൾ സുതരാം വ്യക്തമാക്കുന്നുണ്ട്. പ്രേമദുരന്തം, പ്രേമനൈരാശ്യം, വിപ്രലംഭശൃംഗാരം, ഏകാന്തപഥിക രായ കാമിനീകാമുകരുടെ ആത്മപീഡ, അധൃഷ്യമായ വിധിയുടെ ഇര യായി പിടയുന്ന മനുഷ്യൻ, കണ്ണഞ്ചിപ്പിക്കുന്ന വർണ്ണശബളിമ, സംഗീ തസാന്ദ്രമായ അന്തരീക്ഷം, വിലാസലോലയും അശരണയുമായ കാമിനി, അസിധാരയിൽ വിശ്വത്തെ വിഭ്രമിപ്പിക്കുന്ന സാഹസികനായ കാമുകൻ, സമൂഹത്തെയാകെ വെല്ലുവിളിച്ച് വ്യക്തിസാക്ഷാത്കാര ത്തിലേക്ക് കുതിക്കുന്ന വീരനായകൻ--ഇവയൊക്കെയാണ് യുവകവി മാർക്സിന്റെ ഇതിവൃത്തങ്ങളും നായികാനായകന്മാരും. മാലാഖമാരും ദൈവദൂതന്മാരും അശരീരികളും മാർക്സിന്റെ ഭാവനയിൽ മിന്നിത്തെ ളിയുമ്പോൾ നക്ഷത്രങ്ങളുടെ സംഗീതവും പ്രകൃതിയുടെ താളലയങ്ങളും മനുഷ്യാവസ്ഥയുടെ ദുരൂഹതയും മാർക്സിനെ കോൾമയിർ കൊള്ളി ക്കുന്നു. ഇപ്പോൾ നഷ്ടപ്പെട്ടുപോയ കവിതകൾ ഉൾപ്പെടെ മാർ ക്സിന്റെ ഒട്ടേറെ കവിതകൾ നേരിൽകാണാൻ കഴിഞ്ഞ മാർക്സിന്റെ പ്രഥമ ജീവിതചരിത്രകർത്താവ് ഫ്രാൻസ് മെഹറിങ് പറയുന്നത് അന്ന ത്തെ ജർമൻകാല്പനികകവിതകളുടെ രണ്ടെണ്ണമൊഴിച്ച് സകല സ്വഭാ വങ്ങളും മാർക്സിന്റെ കവിതയിൽ കാണാമെന്നാണ്. ജർമൻകാല്പ നികകവിതയിൽ മുന്തിനിന്നിരുന്ന ദേശീയതയുടെ അതിപ്രസരവും പ്രതിലോമവാസനയുമാണ് മാർക്സിന്റെ കവിതയിൽ സാധാരണ കാണാൻ കഴിയാത്ത രണ്ടു ഘടകങ്ങൾ. അതും അർത്ഥവത്തുതന്നെ.

VII

ജെന്നിയോടുള്ള അഭിനിവേശമോ മനസ്സിന്റെ എന്തെന്നില്ലാത്ത അസ്വാസ്ഥ്യമോ അല്പംപോലും വിട്ടുപോയിട്ടില്ലെങ്കിലും ബർലിനിലെ സർവകലാശാലാന്തരീക്ഷത്തിൽ മാർക്സ് കാണക്കാണെ വളരുകയായിരുന്നു—മാസംതോറും, വാരംതോറും. കാല്പനികതയുടെ ആ ത്മാനുതാപവും വൈയക്തികമോക്ഷത്വരയും അതിൽക്കവിഞ്ഞ ആത്മ നിഷ്ഠതയും കൂടുതൽ പക്വമായ ചിന്തകൾക്കും വാസനകൾക്കും വഴി മാറുകയായിരുന്നു. ബർലിനിൽ മാർക്സ് അംഗമായി ചേർന്ന 'ഡോ ക്ടേഴ്സ് ക്ലബ്ബി'ലെ വിവാദങ്ങൾ വിശാലമായ ദാർശനികതയുടെ ഒരു നവലോകത്തിലേക്ക് ആ യുവാവിന്റെ ശ്രദ്ധ തിരിക്കുകയായിരുന്നു. കവിതകളിൽതന്നെ ഈ രണ്ടു ഭാവങ്ങളും ഇടകലർന്നും ഇഴപി രിഞ്ഞും കാണാൻ കഴിയും. നോക്കൂ:

> With disdain I will throw my gauntlet
> Full in the face of the world
> And see the collapse of this pigmy giant
> Whose fall will not stifle my ardour.

> Then I will wander god-like and victorious
> Through the ruins of the world;
> And giving my words an active force
> I will feel equal to the creator.

ഈ ഉജ്ജ്വലമായ വരികൾ വായിക്കുമ്പോൾ നാം ഓർക്കുക, ഗ്രീക്ക് സ്വാതന്ത്ര്യസമരത്തിന്റെ തീച്ചൂളയിൽനിന്ന് ശ്രിമിർത്തുപാടുന്ന ബൈറനെയാവാം; ഫ്രഞ്ചുവിപ്ലവത്തിന്റെ ജ്വാലകൾ വീശിയുയർ ത്തുന്ന വേർഡ്സ്വർത്തിനെയോ സമ്പൂർണ വിപ്ലവത്തിന്റെ കാഹളം മുഴക്കുന്ന ഷെല്ലിയെയോ ആവാം. എന്നാൽ മാർക്സാകട്ടെ ഇവിടെ തന്റെ പെൺമണിയുടെ പാണി നേടാൻ കഴിഞ്ഞാലുള്ള അവസ്ഥയെ ക്കുറിച്ചാണ് പാടിത്തിമിർക്കുന്നത്.

എന്നാൽ സൂക്ഷ്മമായി ആലോചിച്ചാൽ അത് മാത്രമോ? കാമു കന്റെ സ്വപ്നവും വിപ്ലവകാരിയുടെ ലക്ഷ്യവും എവിടെയോ എങ്ങ നെയോ ഇഴപിരിഞ്ഞു കയറുന്നതിന്റെ പ്രതീതി. ആ യുവവിദ്യാർത്ഥി യുടെ വ്യക്തിത്വത്തിന്റെ രണ്ടു മുഖങ്ങൾ അഥവാ സംക്രമണാവ സ്ഥയെ കുറിക്കുന്ന മുമ്പും പിമ്പും.

ആ സംക്രമണത്തിന്റെ അവ്യക്തതയെന്നപോലെ അസ്വസ്ഥ തയും മാർക്സിന്റെ കവിതകളിൽ പേർത്തും പേർത്തും പ്രത്യക്ഷപ്പെ ടുന്ന ഒരു പ്രമേയമാണ്:

ആവില്ല ശാന്തമായ് നിർവ്വഹിക്കാനെനി–
യ്ക്കാത്മാവിനെ മഥിക്കുന്നവയൊന്നുമേ.

ആയാസഹീനമായ് കാര്യങ്ങൾ കാണ്മാനു-
മാവില്ല! മുന്നോട്ടവിശ്രമം പോകണം!

അന്തമെഴാത്ത സംഘർഷങ്ങളിൽ, ഏതു-
മന്തമില്ലാത്തതാം കോളിളക്കങ്ങളിൽ,
അന്തമെഴാത്ത കിനാവിൽ കുടുങ്ങി ഞാൻ!
ആവില്ല ജീവിതത്തോടൊത്തുപോകുവാ-
നാവില്ലൊഴുക്കിനോടൊത്തു നീന്തീടുവാൻ!

കാല്പനികതയുടെ സഹജമായ വൈയക്തികവേദനകൾ ഓളം
വെട്ടുന്ന ഈ വരികൾ ഒരു സ്വപ്നജീവിയുടെ വിഭ്രാന്തി മാത്രമായിരു
ന്നില്ലെന്നും ഒരു മഹാപ്രതിഭയുടെ പേറ്റുനോവാണതിൽ അനുരണനം
ചെയ്യുന്നതെന്നും മാർക്സിന്റെ അക്കാലത്തെ ജീവിതത്തെയും അന്തഃ
സംഘർഷങ്ങളെയും കുറിച്ച് കിട്ടിയിട്ടുള്ള രേഖകൾ വ്യക്തമാക്കുന്നു.
കാന്റിന്റെയും ഫിഷ്ടെയുടെയും ഷില്ലറുടെയും ആശയവാദത്തിൽ
നിന്നും സനാതനത്വത്തിൽനിന്നും മാർക്സ് അതിവേഗം ഹെഗലിന്റെ
പരിണാമാത്മകമായ വൈരുധ്യവാദത്തിലേക്കും ചരിത്രാവബോധത്തി
ലേക്കും നീങ്ങുകയായിരുന്നു. ഡോക്ടേഴ്സ്ക്ലബ്ബിലെ ബ്രൂണോ
ബോവറും അഡോൾഫ് റൂട്ടൺബർഗും കാൾ കോപ്പനും ഗുരുഭൂത
നായ എഡ്ഗേർഡ് ഗാൻസും ഫൊയർബാഹും ഷില്ലറെയും ഷ്ളെഗലി
നെയും മാർക്സിന്റെ മനോമണ്ഡലത്തിൽനിന്ന് തിരസ്കരിച്ച് യുവ
ഹെഗേലിയൻ പ്രസ്ഥാനത്തിലേക്കാനയിക്കുകയായിരുന്നു. വേദനാ
നിർഭരമായ കഠിനാദ്ധ്വാനത്തിലൂടെയാണ് ഈ പരിവർത്തനം നടന്നത്.
രാത്രികൾ പകലായി, പകലുകൾ ഇരട്ടിച്ചു. അക്കാലത്ത് മാർക്സ് ഒരു
കത്തിൽ കുറിച്ചു:

എന്റെ മാനസികപീഡ കാരണം പല ദിവസങ്ങൾ ചിന്തിക്കാ
നുള്ള കഴിവ് തന്നെ ഇല്ലാതായി, ഒരു ഭ്രാന്തനെപ്പോലെ ഞാൻ
തോട്ടത്തിൽ പലപ്പോഴും വട്ടത്തിലോടി.

ഒടുവിൽ ബോൺ സർവകലാശാലയിൽ വെച്ച് സംഭവിച്ചപോലെ
വീണ്ടും ഉറക്കമിളച്ചുള്ള വായനയും വിവാദവും ചിന്തയും മാർക്സിനെ
രോഗിയാക്കി. ഡോക്ടർമാരുടെ നിർദേശപ്രകാരം ബർലിന്റെ പ്രാന്തപ്ര
ദേശത്തുള്ള സ്ത്രാലോ ഗ്രാമത്തിൽ വിശ്രമത്തിനായി കുറെ നാൾ
മാർക്സ് പോകാൻ നിർബന്ധിതനായി.

ഹെഗലിന്റെ ദുർഗ്രഹങ്ങളായ ബൃഹദ്ഗ്രന്ഥങ്ങൾ ഒന്നിനു പുറ
കെ ഒന്നായി കമ്പോടുകമ്പ് അദ്ദേഹം വായിച്ചുതള്ളി. വിശദമായ നോ
ട്ടെടുത്തു. പല പുറങ്ങളും അപ്പടി പകർത്തി എഴുതി. അന്ത്യംവരെ
തുടർന്ന ഒരു ശീലമായിരുന്നു അത്--വായിച്ചത് മിക്കതും കുറിപ്പായും
ഉദ്ധരണിയായും അഭിപ്രായപ്രകടനത്തോടെ കുറിച്ചുവെയ്ക്കൽ.
മതവും കലയും നീതിന്യായവും ചരിത്രവും ക്ലാസിക്കുകളും കലാസി

ദ്ധാന്തവും ഒന്നും വിട്ടില്ല. അവയെല്ലാം സുഹൃത്തുക്കളുമായി വാദി ക്കാനും തർക്കിക്കാനും ഉപയോഗപ്പെടുത്തും. മാർക്സിന്റെ പ്രശ സ്തിയും സർവകലാശാലയുടെ പുറത്തേക്ക് പ്രചരിച്ചുതുടങ്ങി. അക്കാ ലത്ത് മാർക്സിനെ നേരിൽ കണ്ടിട്ടില്ലാത്ത എംഗൽസ് കേട്ടുകേൾവി പ്രകാരം ബർലിനിലെ ദാർശനികരംഗത്തെപ്പറ്റി ഒരു പരിഹാസകവിത രചിച്ചത് കണ്ടുകിട്ടിയിട്ടുണ്ട്. അതിൽ മാർക്സിനെ ഉദ്ദേശിച്ച് എഴുതി യത് നോക്കൂ:

ആരാണീ തട്ടിനകത്ത് കയറിവരുന്നയാൾ? ട്രയറിൽനിന്നൊരി രുണ്ട രൂപം. ചങ്ങല പൊട്ടിച്ചിറങ്ങിയ ഒരു രാക്ഷസനോ? ആത്മ വിശ്വാസത്തോടെ അയാൾ തറയിൽ ആഞ്ഞുചവിട്ടുന്നു. സ്വർഗ്ഗ ത്തിന്റെ മച്ചകങ്ങൾ പിടിച്ചുതാഴ്ത്തി ഭൂമിയോടടുപ്പിക്കാനെന്ന വണ്ണം അയാൾ കരുത്തുറ്റ മുഷ്ടി ചുരുട്ടി രോഷാകുലനായി നിര ന്തരം ഇടിക്കുകയാണ്.

മാർക്സിനേക്കാൾ രണ്ടു വയസ്സിനിളയ എംഗൽസ് കേട്ടറിഞ്ഞ കഥകളാണ് കവിതയാക്കിയതെങ്കിൽ മാർക്സിനേക്കാൾ വളരെ മുതിർന്ന മോസസ് ഹെസ് ഇങ്ങനെയാണ് തന്റെ യുവസ്നേഹിതനെ മറ്റൊരു സുഹൃത്തിന് പരിചയപ്പെടുത്തി കത്തെഴുതിയത്:

ഇന്നു ജീവിച്ചിരിക്കുന്ന ദാർശനികരിൽ അത്യുന്നതനും അധികം താമസിയാതെ ജർമനിയുടെ മുഴുവൻ ശ്രദ്ധ ആകർഷിക്കാൻ കഴിവു ള്ളയാളുമാണ് ഡോക്ടർ മാർക്സ്.... അദ്ദേഹം മധ്യകാല മതത്തിന്റെ യും രാഷ്ട്രീയത്തിന്റെയും അന്ത്യം കുറിക്കും. അദ്ദേഹത്തിൽ അതിഗ ഹനമായ ദാർശനികവിജ്ഞാനവും നിശിതമായ വിവാദസാമർത്ഥ്യവും ഇടകലരുന്നു. റൂസ്സോയും വോൾട്ടയറും ഫൊയർബാഹും ലെസ്സിങ്ങും ഹൈനെയും ഹെഗലും ഒരാളിൽ സമന്വയിച്ചതായി സങ്കല്പിക്കുക— അവർ നേർക്കുനേരെ നിരന്നിരിക്കുന്നു എന്നല്ല സമന്വയിച്ചിരിക്കുന്നു എന്നാണ് ഞാൻ പറഞ്ഞത്—അതാണ് ഡോക്ടർ മാർക്സ്.

വെറും ഇരുപത്തിയൊന്നുകാരനായ ഒരു വിദ്യാർത്ഥിയെപ്പറ്റി ഉദാ രശീലനായ ഹെസ് ഒരുപക്ഷേ, അല്പം കടത്തി പറഞ്ഞിരിക്കാമെന്ന് കരുതിയാലും അക്കാലത്തെ മാർക്സിന്റെ പ്രശസ്തി അഗണ്യമല്ലായി രുന്നു എന്ന് കരുതുന്നതിൽ തെറ്റില്ല.

VIII

ആശയവാദത്തിൽനിന്നും സനാതന സിദ്ധാന്തത്തിൽനിന്നും ഹെഗലിന്റെ ചുവടുപിടിച്ച് വൈരുദ്ധ്യവാദത്തിലേക്ക് കാൽകുത്തിയതേ യുള്ളു മാർക്സ്. മാർക്സിസത്തിന്റെ അന്തഃസത്തയായ വൈരുധ്യാധി ഷ്ഠിതഭൗതികവാദത്തിലേക്ക് ഇനിയും രണ്ടുമൂന്നു വർഷങ്ങൾകൂടി അദ്ദേഹത്തിന് പിന്നിടേണ്ടതുണ്ടായിരുന്നു. എങ്കിലും അതിന്റെ

കാല്‍വെയ്പാരംഭിച്ചുകഴിഞ്ഞു. അതോടെ കവിതയെയും കാവ്യസം
സ്കാരത്തെയും കുറിച്ചുള്ള മാര്‍ക്സിന്റെ ആദ്യധാരണകളെല്ലാം മാറി
മറിഞ്ഞു. അതേക്കുറിച്ച് മാര്‍ക്സ്തന്നെ എഴുതുന്നു:

ഒരു മാന്ത്രികവടി വീശിയാല്‍ എന്നപോലെ ആദ്യമൊക്കെ
അതിന്റെ പ്രഹരം കഠിനമായിരുന്നു--ഈ അവസാന കവിതക
ളിലെത്തുമ്പോഴേക്കും ശുദ്ധകവിതയുടെ വിദുരലോകം ഒരു
അലൗകിക രാജമന്ദിരമെന്നപോലെ മിന്നലൊളിയോടെ എന്റെ
മുമ്പില്‍ തുറക്കപ്പെട്ടു--അങ്ങനെ എന്റെ സൃഷ്ടികളെല്ലാം ശൂന്യ
തയിലേക്ക് തകര്‍ന്നടിഞ്ഞു.

മേല്‍ പ്രസ്താവിച്ചപോലെ പിന്നെ ആ അലൗകിക രാജമന്ദിരത്തി
ലേക്കദ്ദേഹം തിരിഞ്ഞു നോക്കിയതേ ഇല്ല. മാര്‍ക്സ് തന്റെ കവിത
കളെ വിശദമായി പിന്നീട് വിലയിരുത്തുകയുണ്ടായി:

അന്നത്തെ എന്റെ നിലപാടും അതേവരെയുള്ള വളര്‍ച്ചയും
തികച്ചും ആശയവാദാധിഷ്ഠിതമായിരുന്നു. എന്റെ കവിതകളും
അതുമായി പൊരുത്തപ്പെട്ടിരുന്നു. എന്റെ പ്രേമധാമംപോലെ,
വിദുരമായ ഏതോ അതീതമേഖല, എന്റെ സ്വര്‍ഗ്ഗവും അതേപോ
ലെ കലയുമായി. വര്‍ത്തമാനകാലത്തോടുള്ള കടന്നാക്രമണം,
ശൂന്യതയില്‍നിന്ന് പടച്ചുണ്ടാക്കിയ അസ്വാഭാവികാനുഭൂതിക
ളുടെ വികൃതവും വിശാലവുമായ ആവിഷ്കാരങ്ങള്‍, എന്താണ്
എന്നതും എന്തായിരിക്കണം എന്നതും തമ്മില്‍ പൂര്‍ണ്ണമായ
വൈരുദ്ധ്യം, കാവ്യാത്മകചിന്തകള്‍ക്കു പകരം വാചാലമായ പ്ര
തികരണങ്ങള്‍; അതോടൊപ്പം ഒരുപക്ഷേ, ഹൃദയംഗമമായ ചില
വികാരങ്ങളും ചലനോന്മുഖമായ പരിവര്‍ത്തനപ്രവണതയും —
ജെന്നിക്ക് ഞാന്‍ അയച്ചുകൊടുത്ത ആദ്യത്തെ മൂന്നു പുസ്തക
ങ്ങളിലെ കവിതകളുടെ പൊതുസ്വഭാവമിതൊക്കെയാണ്. എന്റെ
ആകാംക്ഷകളുടെ അതിര്‍ത്തി കാണാനാവാത്ത ചക്രവാളങ്ങള്‍
പല രൂപങ്ങള്‍ കൈക്കൊള്ളുകമൂലം കാവ്യയുക്തമായ മിതത്വ
ത്തോടെയും ഒതുക്കത്തോടെയും എഴുതാനുള്ള എന്റെ യത്ന
ങ്ങളെല്ലാം പരാജയമായി.

അസമര്‍ത്ഥമായ വിവര്‍ത്തനംമൂലം മേല്‍ചേര്‍ത്ത ഖണ്ഡിക
യുടെ ക്ലാസിക് ഭംഗിയും അര്‍ത്ഥഗാംഭീര്യവും കുറെ ചോര്‍ന്നുപോയി
രിക്കുന്നു. മാര്‍ക്സിലും മാര്‍ക്സിസത്തിലും മാത്രമല്ല കാവ്യനിരൂപണ
ത്തില്‍ തത്പരരായവര്‍ക്കും വിലപ്പെട്ട ഒരു ഖണ്ഡികയാണിത്.
മാര്‍ക്സ് എതിരാളികള്‍ക്കും വ്യതിയാനക്കാര്‍ക്കും എതിരെ ആവശ്യ
ത്തിലേറെ കര്‍ശനമായാണ് വിമര്‍ശനം തൊടുത്തുവിടാറ് എന്ന് പരാ
തി പറയുന്നവര്‍ ശ്രദ്ധിക്കുക, ചെറുപ്പകാലത്തെയാണെങ്കില്‍പോലും
തന്റെ സ്വന്തം കൃതികളെ ഇത്ര നിശിതമായി വിമര്‍ശിക്കാനും പരിഹ

സിക്കാനും മറ്റാര് മുതിർന്നിട്ടുണ്ട്? കവിതയെയും കാവ്യസംസ്കാര ത്തെയും കുറിച്ചുള്ള മാർക്സിസ്റ്റ് വീക്ഷണം ആവിഷ്കരിക്കാനുള്ള വിലയേറിയ ഒരു മുഖവുരയാണ് ഈ മൂന്ന് നാല് വാക്യങ്ങൾ.

പക്ഷേ, ഒരു കാര്യത്തിൽ മഹാനായ മാർക്സിനോട് അല്പം വിയോജിക്കേണ്ടിയിരിക്കുന്നു. അല്പമൊരു ആത്മാർത്ഥതയുടെ നിഴ ലാട്ടം അങ്ങിങ്ങ് കണ്ടേക്കാമെന്നല്ലാതെ മറ്റൊരു ഗുണവും അദ്ദേഹം തന്റെ കവിതകൾക്ക് വകവെച്ചു തരുന്നില്ല. ഉൾക്കാഴ്ചയും വ്യുത്പ ത്തിയും സഹൃദയത്വവും നിറഞ്ഞുനിൽക്കുന്ന യുഗസ്രഷ്ടാവായ മാർക്സ് നടത്തുന്ന വിമർശനവും ആവിഷ്കരിക്കുന്ന കാവ്യസിദ്ധാന്ത ങ്ങളും ആദരപൂർവ്വം അംഗീകരിക്കുന്നു. അതോടൊപ്പം ഈ കവിതകൾ ഇംഗ്ലീഷിലും ഒ എൻ വി യുടെ ഒരു കരടുപോലുമില്ലാത്ത സുഗമസുന്ദ രമായ വിവർത്തനത്തിലും വായിച്ച് ആസ്വദിക്കാൻ എളിയവനായ ഈ ലേഖകന് കഴിഞ്ഞു. ഏത് അനുവാചകനെയും ആനന്ദിപ്പിക്കുന്നവ യാണ് ഇവയിൽ ഭൂരിപക്ഷവും. ഇത് വായിക്കുന്ന സഹൃദയർക്കെല്ലാം അങ്ങനെ അനുഭവപ്പെടും എന്നാണെന്റെ ഉറച്ച വിശ്വാസം.

ഇന്ത്യൻഭാഷകളിൽ *മാർക്സിന്റെ ജീവചരിത്രവും* (സ്വദേശാഭി മാനി കെ. രാമകൃഷ്ണപിള്ള, 1912-ൽ) മാർക്സിന്റെ *മൂലധനവും* (സാ ഹിത്യപ്രവർത്തക സഹകരണ സംഘം, 1967-ൽ) ആദ്യമായി പ്രസി ദ്ധീകരിക്കപ്പെട്ട മലയാളത്തിൽത്തന്നെ മാർക്സിന്റെ കവിതകളുടെ വിവർത്തനവും ആദ്യമായി വരുന്നു എന്നത് അഭിമാനകരമായ ഒരു നേട്ടമാണ്, ആ നേട്ടം ഉണ്ടാക്കിത്തന്ന നമ്മുടെ പ്രിയങ്കരനായ കവി ഒ എൻ വി കുറുപ്പിനോട് നാം കൃതജ്ഞരാണ്.

വിവർത്തനത്തെക്കുറിച്ച് ഇത് വായിക്കാൻ കയ്യിലെടുത്തിരിക്കുന്ന വരോട് ഏറെ പ്രസംഗിക്കാൻ ഞാനില്ല. പക്ഷേ, ഒന്നു പറയാം—ഒരു പാശ്ചാത്യ ഭാഷയിൽനിന്ന് ഇത്രയും ഹൃദ്യമായി, മൂലത്തിന്റെ രൂപഭാ വങ്ങളും താളലയങ്ങളും തെല്ലും ചോർന്നുപോകാതെ, മറ്റേതെങ്കിലും കവിതകൾ വിവർത്തനം ചെയ്തിട്ടുള്ളതായി എനിക്കറിവില്ല. ഒ എൻ വി ഇതിലൂടെ സ്ഥാപിച്ചിരിക്കുന്ന കാവ്യവിവർത്തനനിലവാരത്തെ അടു ത്തെങ്ങും ആരെങ്കിലും അതിശയിക്കാനും ഇടയില്ല.

എ കെ ജി പഠനഗവേഷണകേന്ദ്രം
തിരുവനന്തപുരം

(ഒന്നാം പതിപ്പിന് എഴുതിയത്)

ജെന്നി

ജെന്നി

മാർക്സിനൊരു ഗീതം

ഒ. എൻ. വി

ശവകുടീരത്തിൽ
നീയുറങ്ങുമ്പോഴും
ഇവിടെ നിൻ വാ-
ക്കുറങ്ങാതിരിക്കുന്നു!

ഇവിടെ നില്ക്കുമീ
നിസ്വനാം മർത്ത്യനിൽ,
ഇരമൃഗമായ്
കിതയ്ക്കും മനുഷ്യനിൽ,
ഒരു പിടിയരി
വെന്തവെള്ളത്തിനായ്
എരിപൊരിക്കൊള്ളു-
മിക്കൊച്ചുപൈതലിൽ,
കരൾ നിറയേ
പരദുഃഖഭാരവും
ചുമലിൽ സ്വന്തം
കുരിശും ചുമന്നു പോം
നിരപരാധിയിൽ,
നിസ്സഹായാത്മാവിൽ,
നിണമൊലിക്കു-
മവന്റെ മുറിപ്പാടിൽ,
നിറമിഴിയിലെ-
യുപ്പുനീരിറ്റിച്ച്

 കാൾ മാർക്സിന്റെ കവിത
വിവർത്തനം: ഒ. എൻ. വി

മുഖമമർത്തവേ
മൂർച്ഛിക്കുമമ്മയിൽ,
ഇനിയുമെത്താത്ത
വാഗ്ദത്തഭൂമിതൻ
നിനവുകൾ നി-
ന്നെരിയും മനുഷ്യനിൽ,
ഇടിമുഴക്കമായ്,
വിദ്യുൽക്കണങ്ങളായ്
ഇവിടെ നിൻ വാ-
ക്കുറങ്ങാതിരിക്കുന്നു.
ശവകുടീരത്തിൽ
നീയുറങ്ങുമ്പൊഴും
ഇവിടെ നിൻവാ-
ക്കുറങ്ങാതിരിക്കുന്നു.

എവിടെ മാനുഷ-
രൊന്നുപോൽ വാഴുന്നു
അവിടെ നിൻ വാക്ക്
കാവലായ് നിൽക്കുന്നു.

ഹിമമുതിരും
പകലുകൾ സൂര്യനെ-
ത്തിരയവേ, നീ-
യുണർത്തുപാട്ടാവുന്നു!
ശിശിരശൈത്യത്തെ
വെല്ലുന്നൊരദ്ധ്വാന-
ലഹരികളിൽ,
അജയ്യവിശ്വാസത്തിൽ,
തൊഴിൽ ചെയ്‌വോർതൻ-
തിരുവത്താഴങ്ങളിൽ,
ഇളവേൽക്കാനവർ
ചായുമിടങ്ങളിൽ,
അവിടെ നിൻ വാക്ക്
കാവലായ് നിൽക്കുന്നു,
നവയുഗ സർഗ-
സാക്ഷിയായ് നിൽക്കുന്നു.
എവിടെ മർത്യൻ
പിടയുന്നു മുക്തിക്കായ്

അവിടെ നിൻ വാ-
ക്കിടിനാദമാവുന്നു.

ഇരുളിൻ കൂട-
പ്പിറപ്പുകൾ വേച്ചുവേ-
ച്ചിഴയുമെത്ര
ഖനികൾ തന്നാഴത്തിൽ,
ധവള സമ്പന്ന-
നീതികൾ നീരുറ്റി-
ത്തരിശുഭൂമിയായ്
മാറ്റുമിടങ്ങളിൽ,
അവിടെ മണ്ണിൻ-
ഹരിതസ്വപ്നങ്ങളിൽ,
അടിമകൾ തൻ-
അരുണരോഷങ്ങളിൽ,
തുടലുപൊട്ടി-
ച്ചെറിയാൻ പിടയുന്നോ-
രുയിരി,ലുൽക്കട-
സ്വാതന്ത്ര്യദാഹത്തിൽ,
അവിടെ നിൻ വാ-
ക്കുറങ്ങാതിരിക്കുന്നു;
അതിലെയഗ്നി ഞാ-
നെന്നിൽ കൊളുത്തുന്നു!

ശവകുടീരത്തിൽ
നീയുറങ്ങുമ്പൊഴും
ഇവിടെ നിൻവാ-
ക്കുറങ്ങാതിരിക്കുന്നു!

___

1983-ൽ മാർക്സിന്റെ ചരമശതാബ്ദിയാചരണവേളയിൽ എഴുതിയത്.

കാൾ മാർക്സിന്റെ കവിതകൾ

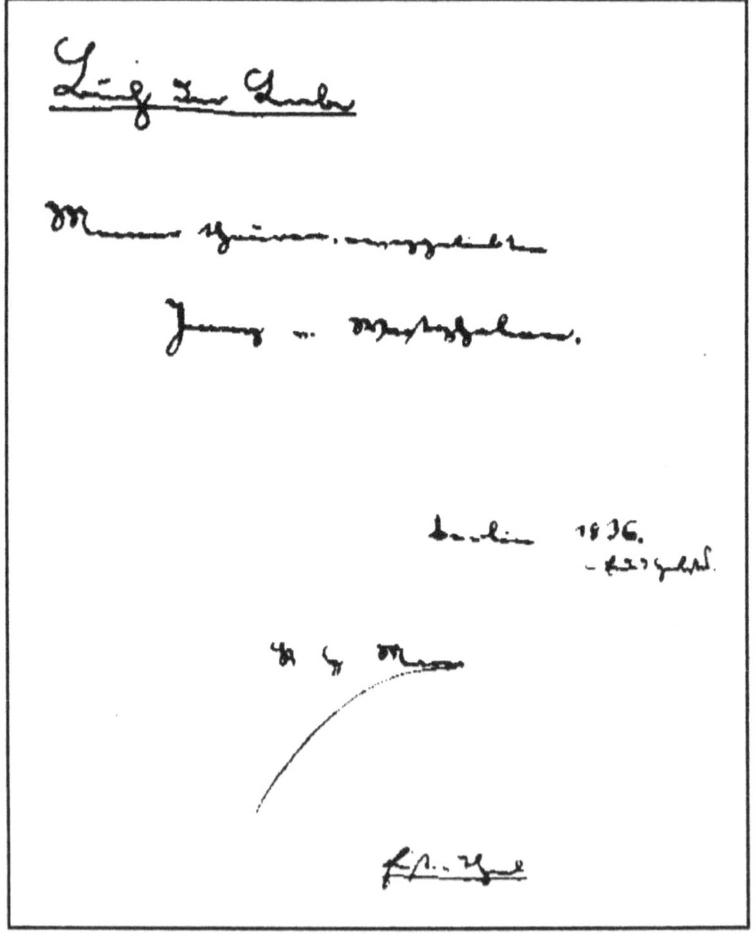

മാർക്സിന്റെ Book of Love എന്ന
കവിതാസമാഹാരം ജെന്നിക്ക്
സമർപ്പിക്കുന്ന പേജ്

ജെന്നിക്ക് രണ്ടു ഗീതങ്ങൾ

ഒന്ന്

ജെന്നി! നീ പേർത്തും പേർത്തുമന്വേഷിച്ചിടാം: എന്തേ
ജെന്നിയെ സംബോധനചെയ്യുന്നിതെൻ ഗീതങ്ങൾ?

നിനക്കായ് മാത്രം ദ്രുതമെൻ നാഡിമിടിക്കവേ,
നിനക്കായെൻ ഗീതങ്ങൾ നൈരാശ്യമാർന്നീടവേ,
നീ മാത്രവയ്ക്കന്തശ്ശോദനമെന്നാകവേ,

ഓരോ വർണ്ണവും നിന്റെ പേരേറ്റു പറയവേ,
ഓരോരോ സ്വരത്തിനും മാധുരി നീയേകവേ,
ഓരോരോ നിശ്വാസവും ഭദ്രേ, നിൻ നേർക്കാകവേ,

പ്രിയമേറുമാ നാമമത്രമേൽമധുരമാ-
ണതിനാൽ!-അതിന്നാരോഹാവരോഹങ്ങളെന്നോ-
ടരുളുന്നത്രയ്ക്കോരോ,ന്നതിനാൽ!-അത്രമേൽ
നിറവാർന്നതാ,ണിമ്പമാർന്നതു മുഖരമാ-
ണകലെത്തുടിക്കുമാത്മാക്കളിൽ പ്രതിസ്പന്ദി-
ച്ചുരുളുംപോലെ, സ്വർണ്ണതന്ത്രികൾ മുറുക്കിയ
*'സിത്തേണി'ൻ സ്വരലയംപോലെ, മാന്ത്രികമാമൊ-
രത്ഭുതാത്മകസത്തയെന്നപോൽ, അതിനാലെ!

---

cithern - ഒരു സംഗീതോപകരണം-തന്ത്രിവാദ്യം

രണ്ട്

'ജെന്നി'—എന്നൊരേപദം മാത്രമായോരോവരി
തന്നിലും കുറിച്ചിട്ടൊരായിരം പ്രബന്ധങ്ങൾ
പൂർത്തിയാക്കുവാനെനിയ്ക്കായിടും; അതിലുപ–
ഗുപ്തമാമൊരു ചിന്താലോകം; ശാശ്വതകർമ്മം;
ചാഞ്ചല്യമെഴാത്തതാമിച്ചക,ളതിസൗമ്യ–
വാഞ്ഛകൾ തുടിക്കുന്ന മധുരപദ്യങ്ങളും;

ഉന്നതതേജോമണ്ഡലങ്ങൾ തൻപ്രഭയെല്ലാം,
ഉള്ളിലാധികളൂട്ടും വേദനയെല്ലാം, പിന്നെ,
ദിവ്യമാമാഹ്ലാദങ്ങളെല്ലാം, എന്നറിവെല്ലാം,
എന്റെ ജീവിതത്തിന്റേതാകുവതെല്ലാമെല്ലാം!...

വായിക്കാമെനിക്കത് ദൂരനക്ഷത്രങ്ങളിൽ!
പശ്ചിമാനിലനിൽ നിന്നുച്ചണ്ഡാർമ്മികളുടെ
നിർഘോഷങ്ങളിൽനിന്നുമെന്നിലേയ്ക്കതെത്തുന്നു!
വരുന്ന നൂറ്റാണ്ടുകൾ സാക്ഷിയാവട്ടെ, ഞാന–
തൊരു പല്ലവിയായിന്നിവിടെ കുറിച്ചിടാം;
"സ്നേഹം താൻ ജെന്നി!" ജെന്നിയെന്നതു സ്നേഹത്തിൻപേർ!

1836 നവംബർ

ജെന്നിക്ക് വീണ്ടും

ഒന്ന്

നീയെടുത്താലും, സ്നേഹം നിൻ കാൽക്കലെർപ്പിക്കുമീ–
ഗീതികളെല്ലാമെല്ലാമെന്നിൽനിന്നെടുത്താലും!

ഒഴുകിയടുക്കുന്നിതാത്മാവാഗീതങ്ങളിൽ,
ഒരു കിന്നരരാഗനിറവിൽ, പ്രദീപ്തിയിൽ!
ഇപ്പാട്ടിൻ പ്രതിദ്ധ്വനിയ്ക്കായെങ്കിൽ, പ്രതീക്ഷയെ
ഇഷ്ടമാം തലങ്ങളിൽ കുലുക്കിയുണർത്തുവാൻ;
സാഭിമാനമായ് നിന്റെ ഹൃത്തടമുദാത്തം ചാ–
ഞ്ചാടിടുന്നതിന്നൊത്തെൻ നാഡിയെ മിടിപ്പിക്കാൻ!
ലാഘവത്തോടേ ജയം നിന്നെയുമേറ്റിപ്പോകേ,
ദൂരെ നിന്നെന്നിയ്ക്കതിൻ സാക്ഷിയായിടാമപ്പോൾ!
ഏറെ നിർഭയമപ്പോൾ പൊരുതീടും ഞാൻ; കുതി–
ച്ചേറുമെൻ രാഗാലാപം! സുസ്വതന്ത്രമായപ്പോൾ
മുഖരമാകും, രൂപാന്തരമാർന്നെൻ സംഗീതം!
മധുരദുഃഖങ്ങളിലെൻ വീണ വിലപിയ്ക്കും!

രണ്ട്

നിന്റെ കണ്ണുകൾപോലെ വിലപ്പെട്ടതായെനി–
യ്ക്കൊന്നുമി;ല്ലതിദൂരതീരങ്ങൾ, ദേശങ്ങളും,
ഒക്കെയും കാൽക്കീഴാക്കിയകലങ്ങളിലല–

ച്ചെത്തുമാറതുദ്ഘോഷിച്ചുന്മത്തം വിഹരിക്കും.
ഭൗമമാം യശസ്സേതും കിടയാവുന്നീലവ-
യ്ക്കാമിഴി പൂർണപ്രഭമാകവേ, യാഹ്ലാദത്തിൻ-
നിറവിൽ ഹൃദയം മൃദുഷ്മളമാകേ, പാട്ടിൽ
നിറയും വികാരമാ കണ്ണുകൾ കറന്നഗാ-
ധതയിലുയിർക്കൊള്ളുമശ്രുക്കൾ വർഷിക്കവേ!
ഈ വിപഞ്ചിതൻ രാഗമധുരനിശ്വാസത്തി-
ലൂടെയെന്നാത്മാവിനെ ഞാനൂതിപ്പറത്തിടും;
മരിയ്ക്കുമധീശനായ്ത്തന്നെ ഞാൻ; മമലക്ഷ്യം
വരിഷ്ഠം വരിയ്ക്കുവാനായെങ്കിൽ, ഏറ്റം ചേതോ-
ഹാരിയാം പുരസ്കാരമിതു നേടുകിൽ; നിന്നി-
ലാഹ്ലാദവിഷാദങ്ങളൊരുപോൽ പൊറുപ്പിക്കാൻ!

മൂന്ന്

ഒരിക്കൽക്കൂടി വേച്ചു വിറച്ചീ വെൺതാളുകൾ
പറന്നു പറന്നു നിന്നടുത്തേക്കണഞ്ഞെങ്കിൽ!
മുഢമാം ഭയങ്ങളാൽ, വേർപാടിൻ വിഷാദത്താൽ,
താണുപോയിതെന്നുണർവ്വാകവേ; വെറുതെയെൻ-
ആത്മവഞ്ചനാലോലമായ കല്പനകളി-
ന്നാ ധീരപഥങ്ങളിലൊറ്റപ്പെട്ടലയുന്നു!
അത്യുന്നതത്തെജ്ജയിക്കാനെനിയ്ക്കാവുന്നീല!
പ്രത്യാശയിനിയവശേഷിക്കയില്ലാ തെല്ലും!
ആശകൾ തിങ്ങിപ്പാർക്കുമെൻ പ്രിയഭവനത്തിൽ
ഞാനോരോ ദിക്കിൽനിന്നു തിരിച്ചുവന്നെത്തുമ്പോൾ,
സുന്ദരി,ഗാഢാശ്ലേഷമാലകൾ നിന്നെച്ചാർത്താ-
നുണ്ടാകും പ്രിയനൊരാ,ളെന്തഭിമാനത്തോടേ!
പിന്നെയോ? ദുരിതവിസ്മൃതികളിടിത്തീയായ്
എന്നുടെ മീതേയപ്പോൾ വീണുരുണ്ടുരുണ്ടു പോം!

നാല്

അത് നീ പൊറുക്കുക: ആപല്ക്കാരിയാം നിന്ദ!
അപരാധങ്ങളേല്ക്കാനാത്മാവിന്നഭിവാഞ്ഛര!
പാട്ടുകാരൻതൻ ചൊടി ചുട്ടുനീറണം, സ്വന്തം
ആർത്തികളുടെയെരിനാളങ്ങൾ പാറിപ്പോവാൻ!
നിശ്ശബ്ദ,മസ്വസ്ഥം,ഞാനിന്നെനിയ്ക്കെതിരായി
നില്ക്കുവാനാമോ? പാട്ടുകാരന്റെ പേർതന്നെയും

പുച്ഛിച്ചുതള്ളണമോ? സ്നേഹിക്കാതിരിക്കണോ,
ഭദ്രേ,നിൻമുഖമൊരുകുറി കണ്ടതിൽപ്പിന്നെ?
ആത്മാവിൻ ഭ്രമങ്ങളിന്നത്രമേലുയരത്തിൽ
ആശയെ നടത്തുന്നു; എനിക്കുമീതേ മഹോ–
ന്നതയായ് നില്ക്കുന്നൂ നീ! നിന്റെയശ്രുക്കൾ മാത്രം
കൊതിക്കുന്നു ഞാൻ! എന്റെ ഗീതങ്ങൾ നീമാത്രമാ–
സ്വദിച്ചന്നതിനാലേ, യവയ്ക്കീലാവണ്യവും
ഈയലങ്കാരങ്ങളും!–ഇനിമേലിവയെല്ലാം
പോയ് മറഞ്ഞുകൊള്ളട്ടെ ശുദ്ധശൂന്യതയിങ്കൽ!

1836 ഒക്ടോബർ

ഉപസംഹാരഗീതം-ജെന്നിക്ക്

നിന്നോടു ചൊല്ലാം കുഞ്ഞേ, ഞാനൊരു കാര്യംകൂടി:
സന്തുഷ്ടമാമീ വിടവാങ്ങലിൻ കവിതയും
പാടി ഞാൻ വിരമിയ്ക്കാം; ഒടുക്കത്തെയീ വെള്ളി-
യലകളേറെത്തുടിച്ചുരുണ്ടുകൂടുന്നേരം,
അതിന്റെയീണത്തിലെൻ ജെന്നിതൻ സംഗീതം, ഉൾ-
ക്കടലിൻ മീതേയെന്നപോലതിവേഗം പാഞ്ഞും,
പതനം കൊൾകേ മങ്ങലാർന്നും, കുഞ്ഞരുവിയെ,
അടവീതലങ്ങളെക്കടന്നെത്തുമീ വാഴ്വിൻ-
ദ്രുതയാമങ്ങൾക്കേറ്റം തിടുക്കമുണ്ടാം; നിന്നിൽ
പരിപൂർണ്ണതയുടെ സീമ കണ്ടെത്തുംവരെ!
ഉലഞ്ഞുവീഴും അഗ്നിമേലങ്കി സുധീരമെ-
ന്നുടൽ ചാർത്തുന്നു; പ്രഭാപരിവർത്തിതമാകും
ഹൃത്തടമഭിമാനോത്തുംഗം, ബന്ധനവിനിർ-
മുക്തം! ആകാശങ്ങളിൽ സ്വച്ഛന്ദം ചരിപ്പു ഞാൻ!
നോവുകൾ ചിതറുന്നു നിൻ മുഖപ്രസാദത്താൽ;
ജീവശാഖിതൻ നേർക്കെൻ സ്വപ്നങ്ങൾ ജ്വലിക്കുന്നു!

മാന്ത്രികവിപഞ്ചിക

കാതിലത്രയ്ക്കപൂർവമനോജ്ഞമായ്
പാടുകയാണതാനന്ദമത്തമാം
വീണപോൽ, വിറകൊള്ളുന്ന തന്ത്രിപോൽ!

വീണുറങ്ങുന്ന ഗായകനെയുണർ–
ത്തീടുന്നു: "നിന്റെ ഹൃത്തടമെന്തേയി–
ന്നീവിധം ഭീതിനാർന്നു തുടിക്കുന്നു?"

കേൾപ്പതെന്താണാ ശബ്ദങ്ങൾ? നക്ഷത്ര–
രാശിതൻ ലയസാന്ദ്രസംഗീതവും
കേഴുമാത്മാക്കൾതൻ നാദവുംപോലെ?
അവനുണരുന്നു തന്റെ തല്പത്തിൽ നി–
ന്നൊരു തിരപോലെ തുള്ളിയുണരുന്നു!
നിഴലുകളെഴും ദിക്കിലേക്കാ മുഖം
തിരിയുന്നു സ്വർണ്ണത്തന്ത്രികൾ കാണുന്നു.
"വരിക ഗായകാ! മേലോട്ടും താഴോട്ടും
ചുവടുവയ്ക്കുക, വായുവിൽ പൊന്തിയും
ഇവിടെത്താണുമിളകുക! പക്ഷേ, നിൻ–
വിരൽകളാൽത്തൊടാനാവില്ലാ വീണയെ"

അവനതു കാണ്മു: തന്ത്രികളായ് പടർ–
ന്നത് വളരുന്നു; തന്റെ യാത്മാവിന്നു–
മടിയിലാഴത്തിലസ്വാസ്ഥ്യമേറ്റുന്നു!

അതു വളരുന്നു വായുവി,ലാശബ്ദം!
അനുഗമിക്കുകയാണവനിന്നതി–
ന്നതുല മാന്ത്രികാകർഷണശക്തിയാൽ
ഭയദശ്രേണികൾ കേറിയിറങ്ങുന്നു,
ഇവിടെയു,മവിടേയു,മെവിടെയും....!
നിർത്തിടുന്നവൻ: ആടിയുലഞ്ഞതി–
വിസ്തൃതം പടിവാതിൽ തുറക്കുന്നു.
ഉള്ളിൽനിന്നുണ്ടാം സംഗീതത്തിൻ തിര–
ത്തള്ളലിലവൻ പാഞ്ഞൊഴുകുന്നുവോ?

അവിടെ സൗവർണ്ണദീപ്തിപ്രഭാവമാർ–
ന്നൊരു വിപഞ്ചിക കാണുന്നു, രാപകൽ
അതുലസംഗീതനിഷ്യന്ദിയായ്!–എന്നാൽ
അവിടെയില്ലാരുമായതു മീട്ടുവാൻ!
അഭിലാഷംപോ,ലഴൽപോലെയാവീണ
അവനെ ഗാഢം, പിടിച്ചണച്ചീടുന്നു,
വീർത്തു മാർവിട,മാർത്തു തുടിക്കുന്നു
ഹൃത്തടം ഹാ! നിയന്ത്രണമറ്റപോൽ!
"ഈ വിപഞ്ചിക പാടുന്നതിന്നെന്റെ
ജീവനിലാ;ണതിന്നുഗ്ര നൊമ്പരം
ഞാനാ;ണെന്റെ യാത്മാവിൽനിന്നാണിന്നീ–
ഗാനത്തിന്റെ യവിച്ഛിന്നധാരയും!....
അവനൊരു ഹർഷോന്മാദത്തിൽ, വീണതൻ
അരിയതന്ത്രികൾ പൊട്ടിച്ചെടുക്കുന്നു,
വിറകൊള്ളുന്നു സ്വരങ്ങളുച്ചത്തി, ലാ–
ഗിരിമുകളിലുണർന്ന നീർച്ചാലുകൾ
ഒടുവിലാഴത്തിലാർത്തു പതിക്കുംപോൽ!
പടരുകയാണവന്റെ പാട്ടെങ്ങുമേ!
രുധിരവും കുതിച്ചാർത്തൊഴുകീടുന്നു!
ഹൃദയമാളുമഭിലാഷ ദുഃഖങ്ങൾ
അതിലേറെശ്ശക്തമായിരുന്നീലെന്നും!
അവനതിൽപ്പിന്നെയീലോകം കണ്ടീല!

പലായനം

ഒരു കഥാഗാനം

ആയസനിർമ്മിതമാം പടിവാതില്ക്കൽ
ആ വീരസൈനികൻ നില്പൂ.

ആരോമലാമഴകാർന്നൊരു പെൺകൊടി
ആ വഴിയേ നോക്കി നില്പൂ.

"പ്രിയമെഴും ഹേ, ധീര–
സൈനിക! താഴത്തേ–
യ്ക്കെതുവഴി ഞാൻ വ–
ന്നണയും?"

എവിടെയും നിശ്ശബ്ദതയുടെ സാന്ദ്രമാം
ഇരുളിന്റെ മുടി വാഴ്ചയത്രേ!

"ഞാനിതെറിഞ്ഞു തരാം,
പിടിച്ചോളൂ, നിൻ–
പ്രാണരക്ഷയ്ക്കിതു ജാമ്യം!

മുകളിലതിന്റെ യൊ–
രറ്റം മുറുക്കാം, ഈ
കയർ വഴി താഴോട്ടിറങ്ങാം!"
"ഹായ്! ധീരസൈനിക!

നിന്നരികത്തേക്ക്
ഞാൻ പറന്നെത്തുകയായീ......

ഇന്നൊരു മോഷ്ടാവെ-
പ്പോലെ!-സ്നേഹത്തിനാ-
യെന്തു താൻ ഞാൻ ചെയ്യുകില്ല!"

"അരുമപ്രണയിനി,
നിന്റേതു മാത്രമാ-
ണറിയൂ നീ കൈക്കൊൾവതിപ്പോൾ!

ആടിമറിഞ്ഞു പോം
നിഴലുകൾപോലെ നാം
ഓടി രക്ഷപ്പെടുമല്ലോ!"

'ഹേ, ധീരസൈനിക!
താഴത്ത് കൂരിരു-
ളേതും തളർന്നൊഴിയാറായ്!

എന്നിന്ദ്രിയങ്ങളോ
വട്ടം കറങ്ങുംപോൽ!
ഇന്നെനിക്കാവില്ല പോവാൻ!

'നീയുപേക്ഷിക്കയാ-
ണപ്പോൾ!-ഞാനെന്നുടെ
ജീവൻ പണയമായ് നല്കാം!

പൊള്ളയാം ഭീതിക-
ളാലേ, യെന്നിട്ടും, നിൻ
ഉള്ളം നടുങ്ങുന്നുവെന്നോ!"

"ഹേ, ധീരസൈനിക!
ഹേ, വീരസൈനിക!
തീകൊണ്ടു നീ കളിക്കുന്നു!
എങ്കിലും, നീ, യതേ
നീ മാത്രമാ,ണെന്റെ
നെഞ്ചിൽ കുടികൊള്ളും മോഹം!
പ്രിയമെഴും ശാലകളേ!

വിടനല്കുവിൻ!
വിടനല്കയെന്നേക്കുമായി!

ഇനിയെന്റെ പാദങ്ങൾ
ചുറ്റിത്തിരിയുകി–
ല്ലിവിടെ!–ഞാൻ പോയിവരട്ടെ?.....

"എന്നന്തരംഗം
കവർന്ന നിന്നോടെനി–
യ്ക്കെങ്ങനെ മല്ലിടാനാവും?
സ്നേഹമെഴുന്നവരേ!
നിങ്ങളേവർക്കും
നേരുന്നു ഞാൻ ശുഭരാത്രി!...."

പിന്നെ, മുഹൂർത്തത്തിനായ് കാത്തുനിന്നീല;
ശങ്കിച്ചവൾ നിന്നുമില്ല!
ചാടിപ്പിടിച്ചാളവളാക്കയറിന്മേൽ
താഴോട്ടുതെന്നിയിറങ്ങാൻ!
പകുതിവഴി വഴുതിയിറങ്ങിയില്ലതിനുമു–
മ്പവൾ ഭയവിഹ്വലയായീ!
പതറുന്നു നോട്ടം, കൈ തളരുന്നു, പിടിവിട്ടു–
മരണത്തിൻ മാറിൽ വീഴാനോ!...

"പ്രിയധീരസൈനിക!
ഒരു കുറികൂടി നിൻ
ചെറുചൂടെൻ മെയ്യിൽപ്പകരൂ!

നിന്റെ കരങ്ങളിൽ
വീണുകിടന്നൊരു
നിർവൃതിയിൽ മൃതി പുല്കാം
മുകരും ഞാൻ നിൻചുംബന–
മോരോന്നും, മധുരമാ–
മൊരു നിശ്ശൂന്യതയിൽ ഞാൻ മായും!"

ആ ധീര സൈനികൻ ഗാഢം പുണരുന്നു
കാതരമാകുമാഗാത്രം.
തൻമാറിലേയ്ക്കവനാഞ്ഞാഞ്ഞമർത്തുന്നു
കൺമണിയെ സ്നേഹസാന്ദ്രം.
ഒരുമിച്ചു ചേർന്നിരുഹൃദയങ്ങൾ ഹാ! ഞെരി–

ഞ്ഞമരുന്നൊരസ്വസ്ഥതയിൽ
മാരകമാമൊരു വേദന ഹാ! തുള–
ച്ചേറുകയായവന്നുള്ളിൽ!

"അത്രമേൽ സത്യമാം,
അത്ര ദയാർദ്രമാം
മൽസ്നേഹമേ! വിട നല്കൂ!"

'നില്ക്കൂ! വരുന്നു നിൻ–
തൊട്ടുപിന്നാലെ ഞാ–
നെത്തുന്നു–തൊട്ടുപിന്നാലെ...'

അമരമാം വഹനിതൻ ക്ഷണദീപ്തി! അതിനുള്ളിൽ
അവരുടെയാത്മാക്കൾ യാത്രയായി!

ഉന്മാദിനി

നിലാവിലൊരുവൾ നൃത്തം ചെയ്‌വൂ,
നിശയിൽ നിഴലായവൾ മങ്ങുന്നൂ,
ഉടയാടകളനിയന്ത്രിതമുലയു-
ന്നിരുമിഴി മിന്നിത്തിളങ്ങിടുന്നൂ,
പാറക്കല്ലിൽ പതിച്ചുവച്ചൊരു
വജ്രങ്ങൾപോലെ!

"നീലക്കടലേ! അരികിൽ വരൂ നീ!
നിനക്കു നല്കാമൊരു നറുമുത്തം!
ചെങ്ങഴിനീർപ്പൂ കൊരുത്തെടുത്തൊരു
കിരീടമെന്നെച്ചാർത്തു നീ–ഹരി–
നീലനിറം ചേർന്നൊരു മേലങ്കി–
യെനിയ്ക്കു നെയ്തു തരൂ നീ!

"നല്ല പൊന്നും മാണിക്യച്ചെ–
ങ്കല്ലും കൊണ്ടുവരുന്നു ഞാൻ!
അതിലെൻ ചോര തുടിക്കുന്നൂ, ചെറു
ചൂടോലും തൻമാറിൽ സ്നേഹ–
മതു ചാർത്തുകയായ് നീരാഴിയിലേ–
യ്ക്കവനെ നയിക്കുകയായി!"
"നിനക്കുവേണ്ടിപ്പാടും ഞാൻ!

തിരയും കാറ്റുമതിൽത്തുള്ളും!
കുതിച്ചുപൊന്തും ഞാനും നർത്തന-
മാടുന്നേരം കാറ്റുംതിരയും
കരഞ്ഞു മിഴിനീർ വാർക്കട്ടെ!"

ഒരു ചെങ്ങഴിനീർച്ചില്ലയെടുത്തവൾ
മരതകനീല നിറങ്ങളെഴുന്നൊരു
നാടയതിന്മേൽ കെട്ടിയൊരുക്കി,യ-
സാധാരണമൊരു നോക്കും നോക്കി-
യലസം കൈകളിൽ നിന്നതു വഴുതുവ-
തറിഞ്ഞുനില്ക്കുന്നൂ!

"അഗാധനീലഹ്രദത്തിലേയ്ക്കല-
യൊലിയായ്പ്പോകാൻ ചിറകു തരൂ.
അമ്മേ, നീയറിയുന്നീലേ ഞാൻ
നിന്മകനേകിയ പൂച്ചമയം?"

നീരാഴിയെയവളോരോ ചെങ്ങഴി-
നീർച്ചില്ലയുമിട്ടലങ്കരിച്ചു,
മായികമാമൊരനുഷ്ഠാനത്തി-
ന്നാവിധമാഹാ! പൂർത്തിവരുംവരെ
അഭിമാനോന്മാദത്തോടേയവൾ
ആടുകയായീ രാവുകൾതോറും!

പാവമൊരു കന്യക

ഒരു കഥാഗാനം

കന്യകനില്പു വിവർണ്ണയായ് മൂകയായ്
പിൻവാങ്ങിടുന്നതുപോലെ, മാലാഖകൾ–
ക്കെന്നപോൽ മാധുര്യമോലുമീയാത്മാവ്
പിഞ്ഞിപ്പിളർക്കുന്നു ക്ലേശഭാരങ്ങളാൽ!

ഒറ്റക്കതിരും തിളങ്ങുന്നതില്ലങ്ങു
തട്ടിപ്പിടഞ്ഞു വീഴുന്നു തരംഗങ്ങൾ!
അങ്ങവിടെ സ്നേഹദുഃഖങ്ങൾ രണ്ടുമേ
തങ്ങളിൽ വഞ്ചിച്ചു കേളികളാടുന്നു.

സൗമ്യയും ശാന്തഗംഭീരയുമാണവൾ,
സ്വർഗ്ഗത്തിനെന്നുമേ വിശ്വസ്തയാണവൾ;
മുഗ്ദ്ധലാവണ്യങ്ങൾ നെയ്തെടുത്തുള്ളൊരു
നിത്യവിശുദ്ധിതൻ രൂപം–അതാണവൾ!

ഒരു പടക്കുതിരമേലവിടെ വന്നെത്തുന്നി–
ത്തൊരു ധീരസൈനികനപ്പോൾ; അവന്നെഴും
ഏറെത്തിളങ്ങുന്ന നേത്രങ്ങളിലൊരു
സ്നേഹസമുദ്രം തിരയടിച്ചാർക്കുന്നു!

സ്നേഹം കടയുന്നു കന്യാമനം, പക്ഷേ,
ഏറെ വേഗത്തിലവൻ കുതിച്ചേറുന്നു;

പോരിൽ ജയിക്കാൻ കൊടുംതൃഷ്ണ;യില്ലൊരുൾ–
പ്രേരണയൊന്നിങ്ങു നിന്നിട്ടു പോകുവാൻ.

എല്ലാ മനഃശാന്തിയും നഷ്ടമായ്, സ്വർഗ്ഗ–
മെല്ലാമെവിടെയോ മഗ്നമായ്, ഹൃത്തടം
ദുഃഖത്തിനുള്ള സിംഹാസനമായ്; കന്യ–
യുൽക്കടമോഹങ്ങൾ മോന്തിത്തളരുന്നു!

പിന്നെ ദിനാന്തമെത്തീടവേ, വീട്ടിന്റെ
തിണ്ണയിൽ, യേശുവിൻ പുണ്യരൂപത്തിന്റെ
മുന്നിലാനമ്രയായ് മുട്ടുകുത്തീടുന്നു
കന്യയാൾ പ്രാർത്ഥിക്കുവാനൊരിക്കൽക്കൂടി!

മറ്റൊരാളപ്പൊഴുതോടിക്കടന്നു വ–
ന്നെത്തുകയായിതാ സാദ്ധിതൻ ഹൃത്തടം
സത്വരം തന്റേതു മാത്രമാക്കാൻ! അവൾ
എത്ര വെറുപ്പാർന്നു നിന്ദിച്ചു നില്‍ക്കിലും!

എന്നേക്കുമെന്നേക്കുമായെനിക്കായി നീ
നിൻ സ്നേഹമർപ്പിച്ചു; പിന്നെ നീയെന്തിനു
നിന്റെയാത്മാവിനെ സ്വർഗ്ഗസമക്ഷത്തിൽ
നിർത്തുന്നു? കേവലം നാട്യമിതെന്തിനോ?

പേടിച്ചരണ്ടു തണുത്തു വിറച്ചവൾ
ഓടീ–പുറത്തെയിരുട്ടിൽ മറയുന്നു;
കരയാമ്പൽപ്പൂപോൽ വെളുത്ത കൈകൾ ഞെക്കി–
പ്പിഴിയുന്നു; കണ്ണീർക്കണങ്ങൾ പൊഴിയുന്നു!
"കത്തുന്ന തീയിലെൻ മാറിടം പൊള്ളുന്നു,
മുറ്റും പ്രതീക്ഷയിൽ ഹൃത്തടവും."
"അങ്ങനെ നഷ്ടപ്പെടുത്തി ഞാൻ സ്വർഗ്ഗവും!
നന്നായെനിയ്ക്കറിയാമിന്നതൊക്കെയും!
ദൈവത്തിനോടു കൂറുണ്ടായിരുന്നൊരീ–
പ്പാവമാത്മാവിന്നു നരകമായീ വിധി!"

"എന്തുയരം! ദിവ്യമാകുമുന്നത്യ, മാ–
ക്കണ്ണുകളിൽ കാണ്മതെന്തൊരഗാധത!
എത്ര കുലീനനാ,ണെത്ര സുഭഗനാ–

ണദ്ദേഹ, മാ ക്കനിവാർന്ന നോട്ടങ്ങളോ
ഒരുനാളുമെന്നിൽ പതിച്ചീല-യാശയ-
റ്റുരുകട്ടെ ഞാനെന്റെ ജീവൻ കെടുംവരെ!"

എത്രയുമാർദ്രമായ് തൽക്കരം മറ്റൊരു
കൈത്തലം നാളെ തഴുകിടാം-മറ്റൊരാ-
ളൊത്തു തന്നാഹ്ലാദം പങ്കുവയ്ക്കാം!
ഏതും മനഃപൂർവമല്ലാതെയദ്ദേഹ-
മീദുഃഖമെന്നിലിയറ്റുന്നനന്തമായ്!

"പൂർണമനസ്സായ് വിടപറയാമെന്റെ-
യാത്മാവിനോടെൻ പ്രതീക്ഷകളോടുമേ
ഒന്നെന്നെ നോക്കിയിരുന്നെങ്കിലദ്ദേഹ-
മെൻമുന്നിൽ സ്വന്തം ഹൃദയം തുറന്നെങ്കിൽ!

"സുസ്മിതം തൂകിയദ്ദേഹമങ്ങില്ലെങ്കിൽ
സ്വർഗ്ഗവുമെത്ര നിരുന്മേഷമായിടാം,
ദുഃഖങ്ങളാൽ തീപിടിച്ചു നില്ക്കുന്നൊരു
ദിക്കായിടാം, ദുരിതങ്ങൾതൻ പാഴ്നിലം....

ഹൃത്തിലെ രക്തത്തിലാളുന്നൊരഗ്നിയെ,
ഉൾത്തടം പൂവിടും സാന്ദ്രാനുഭൂതിയെ,
ഒക്കെത്തണുപ്പിച്ചിവളെ വിമുക്തയായ്-
ത്തീർത്തെങ്കിലീയാർത്തലയ്ക്കും പ്രവാഹങ്ങൾ"
ആവതും ശക്തമായ് ആ നുരച്ചാർത്തിലേ-
യ്ക്കാഞ്ഞു കുതിച്ചവൾ ചാടുന്നു; രാവിന്റെ
ഏറെത്തണുത്ത കറുത്ത കരങ്ങളിൽ
നേരെ പതിക്കുന്നു-മായുന്നു മാത്രയിൽ!

കത്തിയെരിയും ശലാകപോലുള്ളൊരാ-
ഹൃത്തടമെന്നേക്കുമായിത്തണുത്തുപോയ്!
കന്യതൻ നോട്ടമാം തൈജസ സീമയെ-
യൊന്നായി മൂടിപ്പൊതിഞ്ഞു മുകിലുകൾ!

വിളറി വിവർണ്ണമായ് തരളമധുരമാ-
മവളുടെ ചൊടികൾ; വിലോലമാണെങ്കിലും
അതിദിവ്യദീപ്തിയെഴുന്നോരവളുടെ-
യുടൽത്തെന്നി നിശ്ശൂന്യതയിൽ പതിക്കയായ്.

ഇല്ലൊരുണക്കിലപോലും കൊഴിഞ്ഞു വീ–
ണില്ലാ തരുശിഖരങ്ങളിൽനിന്നുമേ
സ്വർഗ്ഗവും ഭൂമിയും കാതടച്ചങ്ങനെ
നില്ക്കയായപ്പോളവളെയുണർത്താതെ!

അവളുടെ വെറുമസ്ഥിപഞ്ജരം പാറക–
ളാർന്നൊരു ദിക്കിലേയ്ക്കാഞ്ഞടിച്ചേറ്റുവാൻ
നീരവസാഗരവീചികൾ, മാമല,
താഴ്‌വര,യൊക്കെയും പിന്നിട്ടു പാഞ്ഞുപോയ്!

മാനിയാമാ വീരസേനാനിയോ തന്റെ
നൂതനപ്രേമത്തെ ഗാഢം പുണരുന്നു.
'സിത്തേൺ' മധുരമായ് പാടുകയാണ്, യ–
ഥാർത്ഥപ്രണയാനുഭൂതികളെപ്പറ്റി....!

നക്ഷത്രങ്ങൾക്ക് ഒരു ഗീതം

കണ്ണുചിമ്മും കതിർവെളിച്ചത്തിൽ
നിങ്ങൾ വട്ടമിട്ടാടുന്നെമ്പാടും!
എത്രപേർ നിങ്ങളെത്രപേർ? എണ്ണ–
മറ്റവർ കിളർന്നേറുന്നനന്തം!

ഇവിടെയേറ്റം കുലീനമാമാത്മാവ്
പിളരുന്നു; നിറവാർന്നൊരു ഹൃത്തടം
ഇരു തുണ്ടാമൊരു പൊന്നാഭരണം പോൽ;
മുറി വിളക്കുന്നു മാരകനൊമ്പരം!

ഇങ്ങുനിർബന്ധപൂർവ്വം നിഗൂഢം
നിങ്ങൾതൻ നേർക്കിതുറ്റു നോക്കുന്നു.
നിങ്ങളിൽനിന്നൊരു ശിശുവെന്നപോൽ
നിത്യതയെ, മോഹത്തെ, നുകർന്നിടാം.

ഏതു സ്വർഗ്ഗീയ തേജസ്സിനേക്കാളും
ഏറെ ദുർലഭമല്ലാത്തതീ ദീപ്തി!
സ്വർഗ്ഗവാസികളാരുമേ നിങ്ങളിൽ
സ്വന്തമാ മണി നിക്ഷേപിച്ചീല!

വ്യാജമാം പ്രതിച്ഛായകൾ നിങ്ങൾ;
തൈജസമാം ശിഖതൻ മുഖങ്ങൾ;
ആർദ്രത, ഹൃത്തിലെച്ചെറുചൂടും,

ആത്മാവും നിങ്ങൾക്കുള്ളതല്ലല്ലോ!
നിങ്ങളിലിന്നു കർമ്മതാപാഭിലാ-
ഷങ്ങൾതൻ ദീപ്തിയ,ല്ലപഹാസമാം!
നെഞ്ചിലെയഗ്നിഗീതങ്ങളുൽക്കട-
വാഞ്ഛരകൾ, നിങ്ങളിൽ തകർന്നീടുന്നു!

സന്തപിച്ചു നരച്ചീടുന്നു നമ്മൾ;
അന്ത്യമെല്ലാമഴലിൽ, നൈരാശ്യത്തിൽ;
കാൺക, ഭൂമിയും സ്വർഗ്ഗവും ഹാ! നില-
നിന്നിടുന്നെന്നൊരീഹാസ്യകേളിയും!

നാം പ്രകമ്പിതരാകവേ, ലോകങ്ങൾ
നമ്മൾ തന്നുള്ളിൽ മുങ്ങിമരിക്കവേ,
ഒരു മരക്കൊമ്പും പൊട്ടിപ്പിളരുന്നീ-
ലൊരു നക്ഷത്രവും മുങ്ങുന്നീലാഴത്തിൽ!

മറ്റൊരു വിധമാം നിങ്ങൾ മൃത്യുവിൽ;
അസ്ഥിമാടമാം നിങ്ങൾക്കു സാഗരം;
രശ്മികളാകെ മാഞ്ഞുപോം, നിങ്ങളിൽ
കത്തിനിന്ന തീയൊക്കെയും കെട്ടുപോം,

സത്യം നിശ്ശബ്ദമായോതുക; മൃത-
ദീപ്തിയിൽ മിഴിയഞ്ചി നിന്നീടായ്ക!
വ്യക്തതയിൽ തിളങ്ങേണ്ട, നിങ്ങൾ തൻ
ചുറ്റുവട്ടത്തിലാകവേ രാത്രിയാം!

വനകുല്യ

വനകുല്യ വെള്ളിനൂര ചിന്നി മൃദുമർമ്മരം
പൊഴിയുന്ന മലർനടക്കാവിൽ,
വഴിതെറ്റിടുന്നൂ, തലയ്ക്കുമീതേ പടർ–
ന്നുലയുന്നു വാകമരങ്ങൾ!

അവ കാൺമൂ: ചോട്ടിലൂടതിവേഗമവിരാമ–
മൊഴുകുന്നിതാ വനകുല്യ!
കാറ്റുമായ് കടലുമായിണചേരുവാൻ, കുളുർ–
ഛായയകളിലുള്ളു വേവുന്നൂ!

എന്നാൽ പരുക്കൻ നിലത്തിന്റെ ദാസ്യത്തിൽ
നിന്നു പലായനം ചെയ്കെ,
ഉച്ചത്തിലുള്ളോരിടിമുഴക്കം ശിലാ–
ഭിത്തി മേലൊാഞ്ഞടിക്കുന്നൂ
തല തിരിയുമാ നീരൊഴുക്ക് നെയ്തീടുന്നു
പുകമഞ്ഞു വലയങ്ങൾ മൂകം!

പിന്നെയും പൂനടക്കാവുകളിലൂടെ വന–
കുല്യയുടെയലസസഞ്ചാരം!
ആഴത്തിൽ, മൃത്യുവിൻ വേദനയെയൊരു വലി–
യ്ക്കാഞ്ഞു കുടിച്ചുപോകുന്നു!
പൊക്കമെഴും മലർവാകകൾ ഹാ! പകൽ–
സ്വപ്നങ്ങളെത്തഴുകുന്നു!

മാന്ത്രികനൗക

പായ്ച്ചിറകില്ലാ, വെളിച്ചമില്ലാ, ചുറ്റി-
പ്പായുകയാണൊരു നൗക വേഗം.
പായ്മരത്തിന്നുണ്ടേ കാലപ്പഴക്കം; നീ-
രാഴിയിൽ വീണു നിലാവൊഴുകീ-

കുടിലനാം നാവികനൊരുവനാണമരത്ത്;
സിരകളിലവനില്ലാ ചോരയോട്ടം.
മിഴികളിലവനു വെളിച്ചമില്ലാ;തല-
യ്ക്കകമേ നിനവുകളിളകുന്നീല!

തിരകളാടുന്നു കിരാതനൃത്തം; നൗക-
യൊരു തൂക്കുപാറയിൽ ചെന്നിടിച്ചു,
ഇത്തിരി താഴുവാൻമാത്രം-എന്നാൽ, വീണ്ടും
പെട്ടെന്നുയർന്നു കുതിച്ചുപാഞ്ഞൂ.

ചിനമാർന്നു കടൽവെള്ളം പൊന്തുകയായപ്പോൾ
നിണമണിഞ്ഞാടിത്തിരിയുമ്പോലെ;
അമരത്തു നിൽക്കുവോൻ പേടിച്ചരണ്ടു പിൻ-
തിരിയുകയായ്-ഒരു ദുഷ്ടകുനം!

പ്രതികാരപ്രേരിതമാം നാശത്തെ സൂചിപ്പി-
ച്ചശരീരികളായ് ദേവകൾ വിലപിക്കുന്നു,
അഴലിലേക്കാണ്ടുപോയ് നാവികൻ; നൗകയോ
അതിവേഗം മുന്നോട്ടു പാഞ്ഞിടുന്നു.

അകലെയെഴും നാടുകൾ കാണുന്നൂ നൗകകൾ,
അനവധി തീരങ്ങൾ, ഉൾക്കടലും!
ദർപ്പണ വഹനിയിൽ വെട്ടിത്തിളങ്ങുന്നു,
അബ്ധികൾ ചുംബിച്ചടക്കുവോളം!

രാത്രിനിനവുകൾ

കാണ്‍ക: നീരദമൊന്നു
തലയ്ക്കു മീതേ നീന്തി–
ത്താണിടു,ന്നതിൻ ചുറ്റും
കഴുകച്ചിറകടി!

കൊടുങ്കാറ്റിനു നേരെ–
യതുപായുന്നൂ, കനൽ–
പ്പൊരികൾ വർഷിക്കുന്നൂ,
പുലരിയുടെ ദിക്കിൽ–
നിന്നുമാനയിക്കുന്നൂ
രാവിന്റെ നിനവുകൾ!

എന്തു വിസ്മയദീപ്തം
കത്തിക്കാളുന്നൂ ചിന്ത,
അന്തരീക്ഷത്തിൻ ബഹിർ–
മണ്ഡലഗുഹകളെ
ശാപോന്മത്തമായ് തച്ചു
തകർത്തീടുന്നൂ; നേത്ര–
ഗോളത്തിൽനിന്നും രക്തം
പ്രവഹിക്കുന്നൂ; ഭയ–
മാളുന്നൂ, കടൽത്തിര
തുപ്പുന്നൂ മേലേ സ്വർഗ്ഗ–
മേടകൾക്കെഴും കഴു–

ക്കോലുകളൊന്നൊന്നായി!
നിശ്ശബ്ദമതിശാന്തം
ബഹിരന്തരീക്ഷം ഉ-
ത്തപ്തമായിരുമ്പിന്റെ
പട്ടയാൽ നെറ്റിത്തടം
ചുറ്റിക്കെട്ടുന്നു; ആയു-
ധങ്ങൾ തൻ ധണൽക്കാരം!....

ഉൽക്കടതമസ്സാർന്നൊ-
രതിന്റെയുദരത്തിൽ
ഊളിയിട്ടപ്രത്യക്ഷ-
മാകുന്നൂ മേലേ മേഘം:
ഭൂമിയ്ക്കു ദുരിതങ്ങ-
ളുണ്ടാവാൻ പ്രാകിക്കൊണ്ടേ!

ഒരു കഷണ്ടിയെപ്പറ്റി

ദൂരദൂരമാം മേഘ–
മാർഗ്ഗങ്ങൾ തിളക്കുന്ന
ചാരുതേജസ്സിൻ പുത്രിയാം
വിദ്യുല്ലതപോലെ,

'സീയുസി'ൻ ചിന്താഭാര–
മാർന്നൊരു ശിരസ്സിൽ നി,–
ന്നീ വിശ്വം ജയിക്കുന്ന
*'പല്ലാസഥീന' യുണ്ടായ്!
തികച്ചുമതുപോലെ,–
യേറ്റവും നേരമ്പോക്കിൽ
അവന്റെ തലയിലേ–
യ്ക്കെടുത്തു ചാടീയവൾ!

ആഴത്തിലവന്നു ചെ–
ന്നെത്തുവാനാവാത്തതി–
ന്നാർക്കുമേ കാണാം; തിള–
ങ്ങുന്നിതാ കപാലത്തിൽ!

---

*   Pallas Athena

മനുഷ്യനും ചെണ്ടയും

ഒരു ചെണ്ടയാണ് മനുഷ്യനല്ലതു;
മനുഷ്യനവനൊരു ചെണ്ടയല്ലാ!
ചെണ്ടയ്ക്കോ ബഹുമിടുക്ക്!
മനുഷ്യനോ ചെവികേൾപ്പതില്ലാ!

ചെണ്ടയെത്തോൽവാറ് കൊണ്ടു
വരിഞ്ഞിരിപ്പു; മനുഷ്യനുണ്ടേ
സ്വന്തമാം തോൽ; ചെണ്ട താഴെ-
യുറച്ചിരിക്കെ, യവൻ കിടക്കും!

രോഷമാർന്നു മനുഷ്യനതിനെ
പ്രഹരിക്കും; ചെണ്ട "ഡും ഡും"
തോഷമാർന്നു പുലമ്പു, മുടനെ
മനുഷ്യനാടും ചടുലനൃത്തം!

അവനു മുഞ്ഞി കറുത്തിടുന്നു
വലിഞ്ഞിടുന്നു; ചെണ്ടയവനെ
പരിഹസിച്ചു ചിരിച്ചിടു,-ന്നവ-
നാർത്തു വീടു കുലുക്കിടുന്നു!

"എടട ചെണ്ട! അടട ചെണ്ട!"
ഇത്രമേൽ പരിഹാസമെന്തിന്?
മടയനെന്നോ കരുതിയെന്നെ?

കുത്തിടുന്നോ നിന്റെ നാവാൽ?
"എരണം കെട്ടവൻ നീയെ–
ന്നെന്നെ നാണം കെടുത്തുന്നു?
പ്രഹരമേറ്റാൽ പുലമ്പുന്നു?
കെട്ടിയേടം തൂങ്ങിടുന്നു?"

നിന്നെ ഞാനൊരു മരത്തിൽ നി–
ന്നൊരു മുഴുത്ത ചെണ്ടയായി–
ത്തന്നെയെടുത്തേറ്റിയെന്നോ?
നീ താനേ വളർന്നെന്നോ?

അടിക്കുമ്പോളാടണം നീ;
ഞാൻ പാടുമ്പൊഴോ താളം
പിടിക്കേണം; ഞാൻ ചിരിക്കെ–
കരയേണം നീ!

അവനാ ചെണ്ടയെ നിന്ദിച്ചാർത്തു!
രോഷം മൂത്തു തെരുതെരെ
അടിയൊടടിയായ്! ചെണ്ടപൊട്ടി–
ച്ചുടുനിണം വാർന്നൊഴുകിടുംവരെ!

ചെണ്ടയതിനു മനുഷ്യനില്ല!
മനുഷ്യനവനൊരു ചെണ്ടയില്ല!
എന്തുപിന്നെ? സന്ന്യസിക്കാൻ
കോപ്പു കൂട്ടുകയായ് മനുഷ്യൻ!

ലുസിന്ദാ

ഒരു കഥാഗാനം

ഉല്ലാസത്തെ വരിച്ചു ജീവിത-
മെന്നേ തോന്നീ നർത്തകൻ പദ-
വിന്യാസത്തിലെ ലാസ്യവിലാസം
കാൺകെ!–യാഹ്ലാദോൽസവമാടാൻ
തങ്ങൾ പ്രതിജ്ഞാബദ്ധർ വിശേഷാൽ
നിയുക്തരെന്നവർ കരുതുംപോലേ.

തുടുപനിനീർപ്പൂങ്കവിളുകളധികാ-
രുണമാവുന്നു; ഹൃദ്രക്തത്തിൻ
ഗതിയേറെ ദ്രുതതരമാവുന്നു;
പല മോഹങ്ങ,ളതിന്നാസക്തികൾ,
വിദൂരവിഷ്ടപമേഖലകളിലേ-
യ്ക്കാത്മാവിനെയാവാഹിക്കുകയായ്!

ഇവിടെ സ്നേഹം പ്രഭുവുമധീശനു-
മായ് നിലകൊൾവു!–മതഭേദങ്ങൾ
പദവികൾ തമ്മിലെഴും സംഘർഷവു-
മെങ്ങോ പോയ്മറയുന്നു! സർവ്വവു-
മൊരു വൃത്തത്തിലൊതുങ്ങുന്നു! ഹൃദ്-
സൗഹൃദസംഗമവേളയിതല്ലോ!

എന്നാലതു വെറുമലസസ്വപ്നം!
മൃദുലവികാരോഷ്മള ഹൃദയങ്ങളെ-
യൊന്നിപ്പിക്കും സ്വപ്നം! ഭൂമിയിൽ-
നിന്നീ ധൂളിതരംഗങ്ങളിൽ നി-
ന്നുന്നത ദിവ്യാകാശങ്ങളിലേ-
യ്ക്കുയർന്നു പാറിപ്പോമൊരു സ്വപ്നം!

ഭൂമിയിലുദയംകൊണ്ട മനസ്സിനു
സ്വർഗ്ഗത്തേക്കൊരു പാലം കെട്ടാ-
നാമെന്നന്ധവിമൂഢാഹ്ലാദ-
ത്താലൊരു മർത്ത്യൻ കരുതീടുകിലൊരു-
നാളുമതങ്ങനെ കണ്ടുപൊറുക്കാൻ
ദേവകളേക്കൊണ്ടാവില്ലല്ലോ!

ആൾക്കൂട്ടത്തിൽ കടന്നുവന്നു
കയ്യിൽ നിവർത്തിയ വാളും കത്തിയു-
മാർന്നോരതിഥി!-ഗൗരവഭാവ,മ-
സൂയാഗ്നിയിലാ നെഞ്ചകമെരിയേ,
ആരും കാണാതവന്റെ ശപ്ത
ഹൃദന്തമവജ്ഞയിൽ നീറുകയത്രേ!

അവന്റെ ജീവനുമാഹാ! സ്നേഹവു-
മായി വിരാജിച്ചവളിന്നിവിടെ
നവവധുവായ് നറുമാല്യവുമായിതാ
നില്പൂ!-പണ്ടു തനിയ്ക്കവൾ ഹൃദയം
സ്വയമർപ്പിച്ചവൾ! അനുരാഗത്തിൻ
പാവനശപഥം പലവുരു ചെയ്തവൾ!

അവളിൽ ദൃഢവിശ്വാസത്തോടേ
നന്മകൾ നേടാനങ്കം വെട്ടാൻ
അവനോ വിടകൊള്ളുകയായ്! ദേവക-
ളവന്റെ വഴിയിൽ പൂമഴപെയ്തു!
അഭിമാനത്തൊടു ജയിച്ചുവന്നു
കർമ്മവുമുദാത്തമാം ധീരതയും!

അവൻ തിരിച്ചുവരുന്നു പുമ്പുകൾ-

മുടി ചൂടി, തൻ പ്രശാന്തനിശ്ചല-
നഗരത്തിൽ, തന്നഭിലാഷങ്ങളു-
മാഹ്ലാദങ്ങളുമാഹാ! മാടി-
വിളിയ്ക്കുമിടത്തിൽ, മനം കവർന്നൊരു
രത്നം പൊൽപ്രഭ തൂകുമിടത്തിൽ!
അടർക്കളങ്ങൾ തെളിവേല്ക്കുന്നു
മുന്നിൽ; ഹൃദയം തുടിയ്ക്കയാണി-
ന്നതിദ്രുതം ഹാ!–താമസമില്ലിനി-
യാശകൾ സകലം സഫലം, തന്നുടെ
യരുമസ്വപ്നശതങ്ങളുമിങ്ങിനി-
യുണ്മകളായ് രൂപാന്തരമോലും!

അതിവേഗത്തിൽ പായുന്നവനും
പ്രിയമെഴുമാ ഭവനത്തിൻ പൂമുഖ-
മണയാ; നാഹാ! നാനാ ദീപ-
പ്രഭയാലവിടം തേജോരമ്യം!
അതിനിടെയതിഥികളങ്ങോട്ടിങ്ങോ-
ട്ടുത്സാഹത്തോടെടൊഴുകുകയല്ലോ!

അവിടെയൊഴിഞ്ഞൊരിടത്തായ് നില്ക്കും
കാവൽക്കാരനൊരുത്തൻ കൈകൊ-
ണ്ടവനെ വിലക്കുകയായീ: "കണ്ണി-
ല്ലാത്തതുപോൽ നീ പായുവതെങ്ങോ?
അപരിചിതൻ നീ പുരപ്പുറത്തേ-
യ്ക്കോടിക്കയറാനാണോ ഭാവം?"

"ഹേ, മനുഷ്യാ! സുന്ദരിയായ
ലുസിന്ദയെയത്രേ ഞാൻ തിരയുന്നു!"
ആ മൊഴി കേൾക്കേ കാവൽക്കാരൻ
കണ്ണു തുറിച്ചോതുന്നു: "ലുസിന്ദയെ
യാണേലാർക്കും കാണാമിവിടെ!
ഇന്നവളല്ലോ പുതുമണവാട്ടി!"
ആഗതനന്തഃപ്രഹരം കൊണ്ടതു
പോലെ നിന്നു! വ്യായാമോജ്ജ്വല-
മായതഗാത്രം കാറ്റിൽ തരുപോ-
ലാടിയുലഞ്ഞു!–മിഴികൾ പകച്ചൊ-

ന്നാളിവിടർന്നു! പടിവാതിലിലേ-
യ്ക്കേന്തിവലിഞ്ഞു നടന്നു തിരികെ!

പരുക്കനൊമൊരു ശബ്ദം–കാവൽ–
ക്കാരൻ തൻമൊഴി–കേട്ടു പിന്നിൽ;
"നിനക്ക് മാന്യാതിഥിയായിവിടെ
കടന്നിരിക്കാനുത്സവവേഷം
ധരിയ്ക്കവേണ, മൊരുങ്ങിവരൂ പോയ്!
മംഗല്യോത്സവവേദിയിതോർക്കൂ!"

അഭിമാനത്തൊടുമുരുഗൗരവമൊടു–
മവൻ തിടുക്കംപൂണ്ടുതിരിഞ്ഞു,
പരിചിതമാകും പാതയിലൂടെ
നടന്നു; വിങ്ങി വിതുമ്പീ ഹൃദയം.
പരിതാപത്താൽ, രോഷത്താൽ! നയ–
നങ്ങളിൽ രൗദ്രം നടമാടുന്നു!

ചീറിപ്പായും ധ്ംത്ധാവാതം
പോലെയവൻ തൻ വീടണയുന്നൂ!
പൂമുഖവാതിലിലിടിച്ചു തൊഴിച്ചു
തുറന്നീടുന്നൂ; ദാസിയിൽനിന്നും
കത്തും മെഴുതിരി പിടിച്ചുവാങ്ങി
കൈവിറയാർന്നതു മറച്ചുനിന്നു!

നെറ്റിയിൽ, മിണ്ടാവേദന തല്ലി–
പ്പൊളിച്ചിടുന്നൊരു നെറ്റിയിലാകെ
മുത്തുകൾപോലെ തണുത്ത വിയർപ്പിൻ–
തുള്ളികൾ മിന്നിത്തുടിച്ചിടുന്നൂ!
കണ്ണഞ്ചിക്കും കടുംചുവപ്പിൻ–
വർണ്ണം തിരളും മേലങ്കിയെടു–
ത്തിന്നിപ്പോൾ നീയണിയുവതെന്തിന്?
സുവർണ്ണകങ്കണജാലമെടുത്തണി–
യുന്നതുമെന്തിന്?–നിന്റെ മുടിച്ചാർ–
ത്തഴിഞ്ഞു പിന്നിലുലഞ്ഞീടുന്നൂ!

താനാരാധിച്ചവളുടെ കീർത്തി–

യ്ക്കായ് പെരുമാറിയ തങ്കപ്പിടിവാൾ
തൻവിരിമാറിൽ ചേർത്തതിഭദ്രം
വയ്പൂ തൻദൃഢനിശ്ചയതുല്യം!
കാറ്റിൻ ചിറകുകളിന്മേൽ തിരികെ-
പ്പായുകയാണവനാഹ്ലാദത്തിൻ-
കുത്തമ്പലമാം മന്ദിരമതിലേ-
യ്ക്കില്ല കടിഞ്ഞാൺ ഹൃദയത്തിന്; തുടു-
നേത്രങ്ങളിലോ ക്ഷണമാരകമാം
മിന്നൽപ്പിണരുകൾ പിടയുകയായീ!

വേപഥുവാർന്നൊരു ചുവടുകളോടെ
വാതിൽ കടന്നവനണയുകയായീ,
ദീപങ്ങൾ നിറകതിർ ചൊരിയുന്നോ-
രകത്തളത്തിൽ! ബലിമൃഗമേതെ-
ന്നോതുക വിധിദേവത നീ, ശാപ-
വചസ്സുകൾ നീയതിൽ വർഷിച്ചാലും!
രാജോചിതമാം തൻ മേലങ്കിയി-
ലഭിമാനത്തോടെന്നാകിലുമുൾ-
ത്താപത്തോടെ, താണു നമിക്കും
ശീർഷത്തോടേയവനണയുമ്പോൾ,
ആ മുഖഭീതിദഭാവം കണ്ടോ-
രതിഥികൾ പേടിച്ചെരണ്ടു നിന്നു!

ആളുകൾ തിങ്ങിയ ശാലയിലൊരൊറ്റ-
യാനെപ്പോലെ, പ്രേതംപോലെ
ആയത്തിൽ പദമൂന്നി നടക്കുക-
യാണവൻ; ഒഴിഞ്ഞു നർത്തകർപോകെ,
ആനന്ദത്തിൻ സുവർണ്ണപാന-
പാത്രത്തിൽ തുടുനുരയുതിരുംവരെ!

അണിചേർന്നനവധി നർത്തകിമാരു-
ണ്ടവരുടെ നടുവിൽ ലുസിന്ദയത്രേ
അഴകിനുമഴകായ് ശോഭിക്കുന്നവൾ!
നേരിയ പട്ടുടയാടയിലൂടെ മ-
ദാലസഭംഗിയിലവളുടെ മാർവിലെ
മണിമുകുളങ്ങളുയർന്നു തുടിപ്പൂ!

ആടിയുലഞ്ഞു വരുന്നൊരു ലാവണ്യ–
ത്തിരുരൂപം പോലാമവളെ–
ക്കാണും കൺകളിലാകെ, കത്തി–
ക്കാളുകയാണൊരു നിശ്ശബ്ദാർത്തി!
വീണുഴറുന്നു സർവ്വഗ്രാഹക–
മാമൊരു ശക്തിയിലതിഥികളാകെ!

അവളുടെ മിഴികളിൽ മദചാപല്യം
തിരതല്ലുന്നു; നിത്യസുദീപ്ത–
മവളുടെ മധുരസ്മേരം: നാനാ–
വർണ്ണമനോഹര നർത്തനരംഗം;
അവളുടെ തനുലതയഴകിൽ മുന്നോ–
ട്ടായുകയത്രേ കേളീലോലം!

അലസം ലളിതം നൃത്തപദങ്ങളി–
ലവൾതന്നരികിൽക്കൂടിപ്പോകേ,
അവൻ വഴങ്ങുന്നീലാ, വേപഥു
കൊൾവീലാ! നർത്തകിതൻ കവിളിലെ
അരുമപ്പനിനീർപ്പൂവാടുന്നു;
തിളക്കമാ മിഴികളിൽ മങ്ങുന്നൂ!

ആൾക്കൂട്ടത്തിൽ വിലയംകൊള്ളു–
നാഗതനിൽ നിന്നകന്നുപോവാ–
നാശിക്കുകയാണവളെന്നാകിലു–
മൊരു പരിഹാസത്തിൻ സീൽക്കാരം!
ആഹാ! നിശ്ചഞ്ചലയായ്ത്തീർന്നവ–
ളേതോ ദൈവികശാസനയാലോ!

അവനതിരൂക്ഷം നോക്കുന്നടിമുടി–
യവളെ, യാപല്ക്കരമാം മട്ടിൽ
അരികത്തേയ്ക്കണയുന്നു;നർത്തകർ
തണുത്തു ശിലയായ് മാറീടുന്നു;
അഞ്ചിതമാകും കണ്ണുകൾ തങ്ങളി–
ലെന്തോ ചോദ്യമെറിഞ്ഞീടുന്നു!

ദേവകളവളുടെ മൃദുകണ്ഠവുമു–

ച്ഛ്വാസവുമേറെ മുറുക്കിയമർത്തും
മാതിരി! യാത്മാവിത്തിരിയാശ്വാ-
സത്തിന്നായുഴറുന്നതു മാതിരി!
ഏതോ ഭീതിയിലവൾ പരിചാരിക-
യിൽ തന്നഭയം തേടുകയായീ!

"വിശ്വാസത്തെ വിനിന്ദിച്ചവളായ്
നിന്നെക്കാണണമെന്നോ ഞാൻ? സ്വയ-
മർപ്പിച്ചു നീയൊരിക്കൽ നിന്നെ-
യെനിയ്ക്കായ്! ചൊല്ലു, ലുസിന്ദാ! നീയിനി
മറ്റൊരുവനു വധുവാകെ, വിശ്വാ-
സത്തെക്കുരുതി കഴിച്ചില്ലേ നീ?

നല്ലൊരു വേദിയിലിങ്ങനെയൊരുവൻ
പെരുമാറുന്നതിലസഹിഷ്ണുതയാർ-
ന്നെല്ലാരും ചേർന്നവന്നുനേരെ
പാഞ്ഞണയുമ്പോൾ, അക്രമമേതും
പുല്ലാക്കിക്കൊണ്ടവനിടിവെട്ടും-
പോലേയവരുടെ നേർക്കലെറുന്നു:
"ഇടപെടുവാനിങ്ങാരുമൊരുങ്ങേ-
ണ്ട"വന്റെ കൺകളിലുരുണ്ടുകൂടും
ഉദഗ്രമാകും ഭീഷണി വ്യക്തം!
സദസ്യരാകേയുൽക്കടഭീഷണ-
മവന്റെ ശബ്ദം ശ്രദ്ധിക്കട്ടെ,-
യവന്റെയുൽത്താപത്തിൻ ശബ്ദം!

"ഭയമരുതേ! ഞാനവളെ ദ്രോഹി-
ക്കുകയി,ല്ലിന്നീ രാത്രിയിലാരും
മുറിവേല്പിക്കുകയില്ലവളെ!-യൊരു
നാടകമവളുടെ സമ്പ്രീതിയ്ക്കായ്
അരങ്ങിൽ ഞാനഭിനയിക്കയാ-
ണവൾ കാണാൻ, കണ്ടു രസിക്കാൻമാത്രം!"

"നിർത്തീടായ്കിനി നൃത്തം! തുടരൂ
പാട്ടും കൂത്തും!-നിൻ നവവരനെ
കെട്ടിപ്പുണരും നിമിഷം വരവായ്!-

ഞാനാം ശല്യവുമുടനേയൊഴിയും!
എന്റെ വിവാഹോത്സവവും കൊണ്ടാ-
ടേണമെനിയ്ക്കീ ദിനാന്തവേളയിൽ;
കണ്ടു മറ്റൊരു വഴി ഞാൻ; എൻ നവ-
വധുവീ നിശയും വാളിൻമുനയും!

നിന്നുടെ മിഴികളിൽനിന്നു വലിച്ചു-
കുടിയ്ക്കട്ടേ ഞാൻ കാമോന്മാദം,
പിന്നെയതിന്റെ മദാലസമാകും
ദീപ്തിയു; മാഹാ! കണ്ടുകഴിഞ്ഞൂ
നിൻ മുഖഭാവം; നോക്കിക്കൊൾകിനി-
യെൻ ജീവനിൽ നിന്നുതിരും രുധിരം!"

തൻ കരമേന്തിയ തങ്കപ്പിടിവാൾ
നെഞ്ചത്തേയ്ക്കവനാഴ്ത്തീ നൊടിയിൽ;
പൊട്ടിപ്പൊട്ടി നുറുങ്ങുകളായീ
ജീവന്റേതാം തന്തികൾ; തളരും
ദൃഷ്ടികളിൽ കനമാർന്നൊരിരുട്ടിൻ
ഭാരമിടിഞ്ഞിടതൂർന്നു പരന്നൂ!

ഞെട്ടി നിലംപൊത്തുന്നൂ ഗാത്രം;
പിളർന്നീടുന്നൂ പേശികൾ; മരണ
കെട്ടിപ്പുണരുകയായയഭിമാന-
പ്രൗഢിയെഴുന്ന തദങ്ഗമൊരോന്നും!
നിദ്രയിൽനിന്നിനിയവനെയുണർത്തുക-
യില്ലൊരു ദൈവവു,മെല്ലാം ശാന്തം;
ഒരൊറ്റയക്ഷരമുരിയാടാതവൾ
കടന്നെടുത്താ വാളും കത്തിയും;
ഉറഞ്ഞുതുള്ളുംപോലെ തന്നുടൽ
കീറിമുറിയ്ക്കുകയായ് വിഭ്രാന്തം!
ഉറവകൾപൊട്ടുംപോലേ ചെന്നിണ-
മോരോ മുറിവിൽനിന്നുമുതിർന്നൂ!

ചിന്നിച്ചിതറും രുധിരം കാൺകെ-
പ്പുകച്ചുനിന്നൊരു പരിചാരികയാ
ചെന്നിണകേളിയിലാടും ഖഡ്ഗം

തട്ടിയെടുത്തതു മാറ്റീ; മരണം
കൊയ്യാനേന്തിയ ലോഹത്തുണ്ടാ
മലർമേനിയിൽ നിന്നൂരിയെടുത്തൂ!

പിടഞ്ഞുവീഴുകയായി ലുസിന്ദ,
ഉൽക്കടവേദനയോടെ, കാമുക-
ജഡത്തിലപ്പോൾ; പാനം ചെയ്താ-
ളാഹൃദയം വാർന്നൊഴുകും രക്തം!
പകരം വീഴ്ത്തുകയാണവളാ ഹൃദ-
യത്തിൽ തൻ പ്രണയാരുണതീർത്ഥം!

അവളുടെ കാതരമേനിയിലൊഴുകും
വിലോലധവളാവരണത്തിൻ മലർ-
ഞെറികൾ തുടുക്കുകയായീ മിന്നി-
ച്ചിന്നും ചോരപ്പാടുകളാലേ!
പടർന്നുകയറുകയാണവ നീളെ-
ത്തിളച്ചുപൊന്തും തുടുനുരപോലേ!
മൃതമാം പ്രിയതമഗാത്രം മാറൊ-
ടമർത്തിത്തഴുകിത്തേങ്ങിത്തേങ്ങി-
ക്കരയുകയാണവൾ; പ്രത്യാശയ്ക്കാ-
ക്കളിമണ്ണിൽ പുതുജീവനുയിർപ്പി-
ച്ചരുളാൻ കഴിവുണ്ടായെന്നാലാ-
പ്പാവം ജീവിച്ചേനേ വീണ്ടും!

അവളന്ത്യത്തിൽ സ്വയം വരിച്ചൊരു
പുരുഷന്നുടൽ വിട്ടെഴുന്നേല്ക്കുന്നൂ!
വിളറിയ വിഹ്വലഗാത്രം ചെന്നിണ-
ധാരയിലഭിഷിക്തം!-ശ്രുതിതാഴ്ത്തി
ജനതതി തങ്ങളിലെന്തോ മന്ത്രി-
ക്കുന്നൂ, ഭയന്നു പിൻവാങ്ങുന്നൂ!

നില്ക്കുകയാണവൾ നീണ്ടുനിവ,ർന്നൊരു
ദേവത! അല്ലാ സ്വവിനാശത്തിൻ
ശില്പി! തുളച്ചേറും പോലവളുടെ
നോട്ടം തന്നെ വരിച്ച മനുഷ്യനു
നേർക്കു തിരിഞ്ഞീടുന്നൂ! സർവ്വം
ഭസ്മീകൃതമാക്കുന്നൊരു നോട്ടം!

മഞ്ഞുകണക്കേ തണുത്തുവിളറി-
പ്പരിഹാസത്തിൻ മുളപൊട്ടുംപോൽ
പുഞ്ചിരിയൊന്നാച്ചൊടിയിൽ വിടർന്നു;
പിന്നാലേ വരുമുന്മാദത്തിൻ
നെഞ്ചുപിടയ്ക്കും കഥയുടെ നാന്ദി
കുറിക്കും ദീനാലാപമുയർന്നു!

ആഹ്ലാദത്തിരയടങ്ങി, പാട്ടും
കൂത്തുമൊടുങ്ങീ, നർത്തകരെല്ലാം
ആ വഴിയീവഴി പാഞ്ഞു മറഞ്ഞു;
തങ്ങളിലിടയുമിലത്താളവുമുരി-
യാടുന്നീലാ!-ശൂന്യം മംഗ-
ല്യോത്സവശാലയിതാഹാ! വിജനം!

മൂന്ന് കൊച്ചുവിളക്കുകൾ

അകലെ മൂന്നു വിളക്കുകൾ ശാന്ത-
മധുരമായിത്തിളങ്ങി നില്ക്കുന്നു
അരിയ നക്ഷത്രക്കണ്ണുകൾപോലെ!
കാറ്റുവന്നൊച്ചവയ്ക്കാം, കൊടുങ്കാ-
റ്റാർത്തലയ്ക്കാം സരോഷമെന്നാലും,
കെട്ടുപോവുന്നീലക്കൊച്ചു ദീപങ്ങൾ!

പിന്നെയുമുയരങ്ങളെപ്പുൽകാൻ
ഒന്നു നിസ്തന്ദ്രമുദ്യമിക്കുന്നു.
ഉൾപ്രകമ്പനമാർന്നു സ്വർഗ്ഗത്തേ-
യ്ക്കെത്തുവാനാണതിന്നഭിലാഷം!
കണ്ണുചിമ്മുന്നു വിശ്വാസപൂർവ്വം
കണ്ടിടാം ജഗൽ താതനെയെന്നോ?

താഴെ ഭൂമിയിൽ ശാലകൾ കാണാ-
നാണ് മറ്റേ വിളക്കിന്റെ നോട്ടം
അങ്ങു മാറ്റൊലിക്കൊള്ളും വിജയ-
മന്ദ്രനാദമലയ്ക്കുന്നു കാതിൽ!
ഏതു മൗനപ്രവചനത്തിൻ പ്ര-
ചോദനത്താലോ വിണ്ണിലെത്തന്റെ
സോദരിമാർതൻ നേർക്കു നോക്കുന്നു!
ഒടുവിലത്തെ വിളക്കിൻ മുടിയിൽ
തുടുതുടെ സുവർണ്ണാഗ്നി കത്തുന്നു!

ജ്വാലകൾ വിടർന്നാളുന്നു, പിന്നെ,
താണടിയുന്നു; വീചികൾ നെഞ്ചി–
ലാഞ്ഞുകേറുന്നു; പിന്നെ, നോക്കൂ....വിടർ–
ന്നാളുകയാണൊരു പൂമരമായ്!

മൂന്നു കൊച്ചുവിളക്കുകൾ പിന്നെ
മിന്നിനില്ക്കുന്നു ശാന്തനക്ഷത്ര–
ക്കണ്ണുകളെന്നപോൽ മാറി മാറി!
കാറ്റുവീശാം, കൊടുങ്കാറ്റു കോപി–
ച്ചാർത്തുതുള്ളിടാ, മെങ്കിലുമിപ്പോൾ
തുഷ്ടിയാർന്നു രണ്ടാത്മാക്കളൊന്നായ്!

ജെന്നിക്ക് രണ്ടു ഗീതങ്ങൾ

(1) അന്വേഷിച്ചു:

എന്നെ ബന്ധിച്ചിരുന്നതിൽനിന്നെല്ലാം
ഇന്നു മുക്തനായ്, ഞാനെഴുന്നേല്ക്കയായ്!
"എങ്ങുപോവും നീ? കണ്ടെത്തിടും ഞാൻ
ഇങ്ങെനിയ്ക്കായിനിയൊരു ലോകം!"

"ഹർഷദം സമൃദ്ധോജ്ജ്വലമെത്രയോ
ശാദ്വലങ്ങളിവിടെത്താനില്ലയോ?
താഴെയില്ലേ സമുദ്രങ്ങൾ? മേലേ
താരകങ്ങൾ തൻ കേളികളില്ലേ?

"മൂഢ! നീയൊന്നറിയൂ, മറുകര
ചാടുവാനില്ലെനിക്കിന്നു മോഹം!
വൻശിലകളിൽ ചെന്നടിക്കാനും,
വിണ്ണിനപ്പുറമെത്തി നോക്കാനും,
ഏതുമില്ലാ, ശ്രമം–അത്ര മൂകമായ്
വേദനയിലെൻപാദം തളയ്ക്കുന്നു;
അവ മൊഴിയുന്ന സ്നേഹവചസ്സുക–
ളിവിടെയിന്നൊരു ചങ്ങലയാവുന്നു!
എന്നിൽനിന്നുയർന്നീടണം ലോകം! അ-

തെന്റെ നെഞ്ചിൽ സ്വയം തലചായ്ക്കണം!
എന്റെ ജീവരുധിരത്തിൽ നിന്നത്രേ
ഇന്നതിൻ നീരുറവകൾ പൊട്ടുന്നു!
എന്റെ യാത്മാവിൻ നിശ്വാസമാണതിൻ–
ബന്ധുരോജ്ജ്വല സ്വർഗ്ഗീയഗോപുരം!

ഞാനലഞ്ഞുപോയാവോളം ദൂരം–മേൽ–
ക്കീഴുലകങ്ങൾ ഞാൻ ജയിച്ചെത്തീ
തുള്ളിച്ചാടുന്നവയ്ക്കുള്ളിൽ സൂര്യനും
വെള്ളിനക്ഷത്രജാലവും!–പിന്നെ,
എത്ര വിദ്യുല്ലതകൾ കൺചിമ്മീ!
എത്ര വേഗമവ കെട്ടടങ്ങീ!"

(2) കണ്ടെത്തി:

എന്തിനീ ലതാകുഞ്ജങ്ങളാടുന്നു?
കുമ്പിടുന്നു മെയ്മാസപ്പൂച്ചെണ്ടുകൾ?
എന്തിനാകാശമേതോ കമാനത്തിൻ–
ഭംഗിയാർന്നു വളർന്നുയർന്നീടുന്നു?
എന്തിനീ താഴ്നിലങ്ങൾ മേഘാവൃത–
ശൃംഗപീഠത്തിലേറാൻ കൊതിക്കുന്നു?

എൻ ചിറകിന്മേൽ ഞാൻ തുഴഞ്ഞേറുമ്പോൾ
വന്നു വീഴുന്നു പാറകളിൽനിന്നും
കാറ്റിലൂടേതോ മാറ്റൊലി! നക്ഷത്ര
ദീപ്തിയും കണ്ണും തമ്മിൽ പരിണയ–
വേഴ്ചയുണ്ടാമോ? ഞാനുറ്റുനോക്കുന്നു
കാഴ്ചയും നിഴൽവീണു മൂടുന്നു!

ശൂന്യതയിൽനിന്നാത്മാവില്ലാതെ സൗ–
വർണ്ണ സ്വാതന്ത്ര്യാവേശമാർന്നെത്തിയോർ
ജീവിതത്തിൻ തരംഗങ്ങളേ! നിജ–
വീഥിയിലെഴും പാലങ്ങളാകവെ
നിങ്ങൾ തച്ചു തരിപ്പണമാക്കി, യു–
ത്തുംഗഭംഗിയിൽ മുന്നോട്ടു പായുവിൻ!
സാഹസികമായ് വീണ്ടുമെൻ നോട്ടം

സാവകാശമിളകവേ, യേതോ
ധന്യവിസ്മൃതിയിൽ തീപ്പൊരികൾ
ചിന്നിനില്ക്കവേ, ലോകങ്ങൾ തേടി-
യെങ്ങുപോവാൻ! അതു-നിന്നിലൂടെ
യിന്നൊരു ലോകമായ് വളർന്നല്ലോ!

അനുഭൂതികൾ

ആവില്ല ശാന്തമായ് നിർവ്വഹിക്കാനെനി–
യ്ക്കാത്മാവിനെ മഥിക്കുന്നവയൊന്നുമേ.
ആയാസഹീനമായ് കാര്യങ്ങൾ കാണ്മാനു–
മാവില്ല! മുന്നോട്ടവിശ്രമം പോകണം!

സ്വച്ഛമായ് ശാന്തമായ് കാര്യങ്ങൾ നീങ്ങവേ,
മറ്റുള്ളവർക്കതിലാഹ്ലാദമെത്രയും!
പിന്നെ, സ്വയമഭിനന്ദിക്കയാണവർ;
നന്ദിയോതീടുന്നു പ്രാർത്ഥനാവേളയിൽ!

അന്തമെഴാത്ത സംഘർഷങ്ങളിൽ, ഏതു–
മന്തമില്ലാത്തതാം കോളിളക്കങ്ങളിൽ,
അന്തമെഴാത്ത കിനാവിൽ കുടുങ്ങി ഞാൻ!
ആവില്ല ജീവിതത്തോടൊത്തു പോകുവാ–
നാവില്ലൊഴുക്കിനോടൊത്തു നീന്തീടുവാൻ

സ്വർഗ്ഗത്തെയാകെയുൾക്കൊള്ളുവാനാവു, മീ–
വിശ്വത്തെയെന്നോടടുപ്പിച്ചു നിർത്തുവാൻ!
സ്നേഹിച്ചുകൊണ്ടേ വെറുത്തുകൊണ്ടേ ജ്വലി–
ക്കേണമെൻ നക്ഷത്രമെന്നു കൊതിപ്പു ഞാൻ!
ദൈവങ്ങൾ നല്കും വരങ്ങളെല്ലാംതന്നെ
കൈവശമാക്കാനതന്ത്രം ശ്രമിച്ചിടും;

ഉൾപ്പൊരുളെല്ലാം ഗ്രഹിക്കാൻ, കലയുടെ,
പാട്ടിന്റെയാഴങ്ങളിലാണ്ടിറങ്ങുവാൻ!

ലോകങ്ങൾ ഞാൻ സംഹരിക്കുമെന്നേയ്ക്കുമായ്!–
ലോകത്തെയൊന്നിനി സൃഷ്ടിപ്പതെങ്ങനെ!
എൻ വിളി കേൾപ്പീലവർ സഞ്ചരിക്കുന്ന–
തിന്നേതു മാന്ത്രികനീർച്ചുഴിക്കുള്ളിലോ!

ജഡമൗനമാർന്നവർ
നമ്മുടെ കർമ്മങ്ങളെ
അകലെനിന്നും പുച്ഛ–
മാർന്നുറ്റു നോക്കിപ്പോകെ,
തോന്നിയ വഴിയവ–
രലസമലയുമ്പോൾ,
ചീഞ്ഞഴുകുന്നൂ നമ്മൾ!
നമ്മുടെ കൃതികളും!
സ്വന്തമാമാർഭാടത്തിൽ,
ദുരഹംഭാവങ്ങളിൽ,
പൊന്തുന്ന തിരച്ചാർത്തി–
ലുലഞ്ഞു, നിശ്ശൂന്യത–
യിങ്കലൂടെങ്ങോ പോകു–
മവർ തൻ ഗതികളിൽ
പങ്കുചേരുവാനെനി–
യ്ക്കാവുകില്ലൊരിക്കലും!

വിദ്രുതമാകും പതനത്തിൽ, നാശത്തിൽ,
എത്തിയ ശാലകൾ, ദുർഗ്ഗങ്ങൾ, മേടകൾ,
നിശ്ശൂന്യതയിൽ പറന്നു മറയവേ,
മറ്റൊരു സാമ്രാജ്യമിങ്ങുയിർക്കൊള്ളുന്നു!

ഒന്നുമില്ലായ്മയിലെല്ലാമുയിർക്കുക–
യെന്നതാവർത്തിച്ചുരുളുന്നിതബ്ദങ്ങൾ!
ചൊട്ടയിൽനിന്നു ചുടലയിലേയ്ക്കന്ത–
മറ്റൊരുയർച്ചയും പിന്നെയാ വീഴ്ചയും!

സ്വീയമാർഗ്ഗത്തിൽ ചരിപ്പൂ ദിവ്യാത്മാക്കൾ,
തീരെദ്ദഹിച്ചസ്തവീര്യമാവുംവരെ!
സ്വന്തം പ്രഭുക്കൾ, യജമാനരുമവർ–
ക്കന്ത്യം വരുത്തിത്തുടച്ചുനീക്കുംവരെ!

ആകയാലീശൻ വരയ്ക്കും നിയതിതൻ–
പാതയിലൂടെ സുധീരം ഗമിക്കുവിൻ!
പൊങ്ങുന്ന, താഴുന്ന ഭാഗ്യത്തുലാസ്സൊത്തു
പങ്കിട്ടനുഭവിക്കാം സുഖദുഃഖങ്ങൾ!

എല്ലാമപായപ്പെടുത്തിയും, പോവുക
മുന്നോട്ടവിശ്രമമക്ഷീണമന്വഹം!
ദൂരെ, വിരസനിശ്ശബ്ദതേ! നൈരാശ്യ–
ദൂനമാം നിഷ്ക്രിയതേ!–പോക ദൂരവേ!

സ്വപ്നങ്ങൾ, കർമ്മങ്ങൾ, തീവ്രാഭിലാഷങ്ങൾ,
നിഷ്ഫലമാക്കുന്നൊരു നിഷ്ക്രിയതയിൽ,
വേദനതൻ നുകത്തിൻകീഴിൽ, അന്തർമു–
ഖാധിയിൽ നീറി നീ കുമ്പിട്ടുനില്ക്കായ്ക!

രൂപാന്തരപ്രാപ്തി

എത്ര സംഭ്രാന്തമിന്നെൻ മിഴികൾ!
എത്ര വൈവർണ്ണ്യമാർന്നെൻ കപോലം!
എന്തൊരു മാന്ദ്യമാണെൻ ശിരസ്സിൽ!
എന്തു യക്ഷിക്കഥയുടെ ലോകം!

എത്രയോ പാറക്കെട്ടുകളാർന്നും
അത്യഗാധപ്രവാഹങ്ങളാർന്നും
ഈ സമുദ്രപ്പരപ്പുകൾ താണ്ടാൻ
ധീരസാഹസം മോഹിച്ചുപോയ് ഞാൻ!

ഉന്നതങ്ങളിലേക്ക് പറക്കും
ചിന്തകൾ തന്നിണച്ചിറകിന്മേൽ
ഞാൻ പിടിച്ചു തൂങ്ങിസ്സഞ്ചരിച്ചു!
കാറ്റു ഗർജ്ജിച്ചു, ഞാൻ ധിക്കരിച്ചു!

എൻ പദങ്ങളിടറീലവിടെ?
എന്നുമെൻ പുരോയാനം തുടർന്നു,
അന്തമില്ലാത്ത വീഥിയിലേതോ
വന്യഗൃദ്ധ്രത്തിൻ നോട്ടവുമായി!

സാഗരകന്യ ചേതോഹരമാം
മാധുരിയാർന്നു പാടിയെന്നാലും,
ലീനമാമതിലാരുമെന്നാലും,

ഞാനതിന്നു ചെവി കൊടുത്തീല!
കാതിൽ മുട്ടും മൃദുസ്വരങ്ങൾക്കെൻ-
കാത് സ്വാഗതമേകീല തെല്ലും,
എന്റെ നെഞ്ചകം കൂടുതൽ ശ്രേഷ്ഠ-
മെന്തിനോ വേണ്ടിയാശിച്ചിരുന്നൂ

തിരകൾ പായുന്നു പായുന്നു നിത്യം;
അറിവതില്ലവർ വിശ്രമമേതും;
കാണുവാനരുതാത്ത വേഗത്തിൽ
താണുയർന്നവയാഞ്ഞലയ്ക്കുന്നൂ!

വാക്കുകൊണ്ടു വശീകരിച്ചീടാൻ
നോക്കി ഞാൻ, മന്ത്രതന്ത്രങ്ങൾകൊണ്ടും
അലകളപ്പൊഴുമുച്ചശ്രുതിയിൽ
അലറിയാർത്തുപോയ് കൺമറവോളം!

ആർത്തിരമ്പും പ്രളയത്തിലോരോ
കാഴ്ച കണ്ട തലച്ചുറ്റലോടേ
തെന്നി വീണാ തിരക്കിൽനിന്നും ഞാൻ
മഞ്ഞുമൂടിയ രാവിന്റെ മാറിൽ!

ഒടുവിൽ നിഷ്ഫലയത്നത്തിൽനിന്നും
ഒരുവിധം ഞാൻ പിടഞ്ഞെഴുന്നേല്ക്കെ,
ശക്തിയാകവേ ചോർന്നതുപോലെ!
ഹൃത്തിലെ ദീപ്തി കെട്ടതുപോലെ!

ഹാ! വിറച്ചു വിവർണ്ണനായേറെ
നേരമെൻ നെഞ്ചിൽ ഞാനുറ്റുനോക്കി!
എൻ ഹൃദയവ്യഥയെ തഴുകീ-
ലിന്നുദാത്തമാം ഗീതങ്ങളൊന്നും
പാഞ്ഞുപോയിതെൻ ഗീതങ്ങളെങ്ങോ,
മാഞ്ഞുപോയെൻ മധുരാർദ്രമാം കല!
ഏതു ദൈവമിതു തിരിച്ചേകും?
ഏതമരകാരുണ്യം? ഇല്ലൊന്നും!
പണ്ടുയർത്തിപ്പിടിച്ച ശിരസ്സുമായ്
നിന്നൊരാദുർഗ്ഗമാകെയിടിഞ്ഞുപോയ്!
തീത്തിളക്കവും മായുകയാ,യെന്റെ
ഹൃദ്പുളിനവുമാകെ നിശ്ശൂന്യമായ്!

നിന്റെ തേജസ്സുണരുകയായ്യുടൻ
നിർമ്മലമാകുമാത്മപ്രകാശമായ്!
ചടുലനൃത്തപദങ്ങളാൽ സ്വർഗ്ഗങ്ങൾ
ഇവിടെ ഭൂമിയെ ഹാ! വലം വയ്ക്കുന്നു!

ബന്ധനസ്ഥനായ് ഞാനാ മുഹൂർത്തത്തിൽ
എന്റെ കാഴ്ചയും ശുദ്ധമായ് ദീപ്തമായ്!
അന്ധകാരത്തിലെന്റെ യന്വേഷണ-
മെന്തെന്തായിരുന്നെന്നതും കണ്ടു ഞാൻ.

അത്രമേൽ ക്ഷുബ്ധമായൊരെൻ ഹൃത്തിന്റെ
അത്യഗാധഹ്രദങ്ങളിൽ ശക്തമായ്
സുസ്വതന്ത്രമായ് സ്പന്ദിച്ചുണർന്നതോ
സ്വർഗ്ഗീയവിജയാഹ്ളാദനാദങ്ങൾ!

ഉന്നതങ്ങളിലേക്ക് പറന്നുപോം
എന്റെ ചൈതന്യമാഹ്ളാദനിർഭരം!
ഞാനതിന്റെ ഗതിക്രമമിങ്ങൊരു
മാന്ത്രികനെന്നപോൽ നിയന്ത്രിക്കയായ്!

ആർത്തലയ്ക്കും തിരകളെ സ്വച്ഛന്ദ-
മാർഗ്ഗമാളും പ്രളയപ്രവാഹത്തെ
കൈവെടിഞ്ഞേൻ; ശിലാമകുടങ്ങളിൽ
വീണുടഞ്ഞേൻ; ഉയിർത്തീ പൊലിയാതെ!

നിയതിയാൽ നീതമായൊരെന്നാത്മാവിൻ
തിരയലിൽ നേടുവാൻ കഴിയാത്തതെൻ-
ഹൃദയമിന്നിതാ നേടുകയായ് ദയാ-
മധുരമാകും നിന്നാലോകനത്തിനാൽ!

നാവികന്റെ പാട്ട്

സ്വച്ഛന്ദമെൻ തോണിയുടെ
ചുറ്റും താളം പിടിക്കുവിൻ!
തത്തിക്കളിക്കുവിൻ നിങ്ങൾ
കേളിയാടുവിൻ!

എന്റെ ലക്ഷ്യത്തിലേക്കെന്നെ
ക്കൊണ്ടുപോവിൻ നിങ്ങളിന്നും
എൻ പ്രജകൾ! സാഗരത്തിൻ
നീലോർമ്മികളേ!

താഴെയെന്റെ കുഞ്ഞനുജ-
നുണ്ടവിടെ! നിങ്ങളല്ലേ
ആഴങ്ങളിലേയ്ക്കവനെ-
യെടുത്തുപോയീ?

അവന്റെയസ്ഥികൾ നിങ്ങൾ-
ക്കാഹാരമായ്! ഞാനന്നൊരു
ചെറുബാലൻ: ഇന്നല്ലല്ലോ!-
സാഹസികമായ്

അന്നൊരുനാൾ കടലിലേ-
യ്ക്കവൻ തോണിതുഴഞ്ഞു പോയ്!
ചെന്നിടിച്ചു മണത്തിണ്ടിൽ

തോണിമുങ്ങിപ്പോയ്
ഉപ്പുരസമാർന്ന കടൽ–
ത്തിരകളേ! നിങ്ങളാണെ
സത്യം ഞാനന്നിതുവിധം
ശപഥം ചെയ്തു!

നിങ്ങളോടു ഞാൻ പകരം
വീട്ടും! എന്റെ ചാട്ടവാറാൽ
നിങ്ങളെ ഞാൻ നിരന്തരം
പ്രഹരിച്ചീടും!

ചൊന്ന വാക്കുമെന്നാത്മാവിൻ
ശപഥവും പാലിക്കും ഞാൻ!
വഞ്ചിച്ചിട്ടില്ലിവയെ ഞാ–
നൊരിക്കൽപോലും!

ചാട്ടവാറാലടിച്ചു ഞാ–
നമർത്തി നിങ്ങളെ!യെത്ര
തുച്ഛമെന്നോ കരയിൽ ഞാൻ
കഴിഞ്ഞ കാലം!

പായ്മരമുലച്ചു കൊടു–
ങ്കാറ്റലറി മദിക്കുമ്പോൾ
ഗോപുരത്തിൻ മണിയിരു–
പാടുമാടുമ്പോൾ,

എന്റെ ശയ്യവെടിഞ്ഞു ഞാൻ
ഭദ്രവുമുഷ്മളവുമാം
എന്റെയിരിപ്പിടം വെടി–
ഞ്ഞെറെ ശാന്തമാം

എന്റെ വീടും വെടിഞ്ഞുഗ്ര–
വാതമുറഞ്ഞു തുള്ളുമീ–
വൻകടലിലെന്റെ നൗക–
യിറക്കുന്നു ഞാൻ!

മല്ലടിപ്പൂ തിരകളോ–
ടെതിർ കാറ്റിനോടും; പിന്നെ
സ്വർലോകമാളും പിതാവി–
നോടു പ്രാർത്ഥിപ്പൂ!

എന്റെ നൗകച്ചിറകുകൾ
കാറ്റിൽ വിജ്യംഭിതമായി
എൻ വഴി കാട്ടുന്നിതൊരു
വിശ്വസ്തതാരം!

വീർപ്പിടും നിർവൃതിയ്ക്കൊപ്പം
ശക്തി കൈവരട്ടെ! മൃതി-
ക്രീഡയിൽ നെഞ്ചിലെപ്പാട്ടു-
ന്മുക്തമാവട്ടെ!

സ്വച്ഛന്ദമെൻ തോണിയുടെ
ചുറ്റും തത്തിക്കളിക്കുവിൻ!
ഒത്തുതാളം പിടിക്കുവിൻ,
കേളിയാടുവിൻ!

എന്റെ ലക്ഷ്യത്തിലേയ്ക്കെന്നെ
കൊണ്ടുപോവിൻ! നിങ്ങളിന്നും
എൻപ്രജകൾ! സാഗരത്തിൻ
തരംഗങ്ങളേ!

ഒരു കത്ത്

ഒരു പ്രേമഗീതത്തിന്റെ മന്ദ്രമധുരമായ ശ്രുതി ഈ കത്തിലെ ഓരോ വാക്യത്തിലും സ്പന്ദിക്കുന്നു. 1856 ജൂൺ 1-ാം തീയതി മാർക്സ് തന്റെ പത്നിയായ ജെന്നി വോൺ വെസ്റ്റ്ഫാലന് കുറിച്ചയച്ചതാണീ കത്ത്; Socialism: Theory and Practice (ജൂലായ് 1980-ലക്കം 7) എന്ന സോവിയറ്റ് മാസികയിൽ പുനഃപ്രകാശനം ചെയ്തതിന്റെ ഭാഷാനുവാദം

ജൂൺ 1856
ത്രീറിലേക്ക്

പ്രിയപ്പെട്ട ജെന്നിക്ക്,

എന്റെയീ ഏകാന്തതയിൽ, നിനക്കെന്റെ വിചാരങ്ങളെന്തെന്ന് അറിയാനോ കേൾക്കാനോ എന്നോടു മറുപടി പറയാനോ കഴിയാത്തിടത്തോളം, വിചാരങ്ങളിലൂടെ നിന്നോട് സംവദിക്കാൻ വിഷമമായതുകൊണ്ട്, ഞാൻ വീണ്ടും നിനക്കെഴുതുകയാണ്. നിന്റെ ഛായാചിത്രം–അതെത്ര തന്നെ മോശമായാലും വേണ്ടില്ല–എന്നെ തികച്ചും തുണയ്ക്കുന്നു. ആ 'വ്യാകുലമഡോണാ'കൾക്കും വിശുദ്ധകന്യാമറിയത്തിന്റെ ആ ഏറ്റവും മോശപ്പെട്ട ചിത്രങ്ങൾക്കുപോലും ഇത്രയേറെ ആവേശഭരിതരായ ആരാധകരെ — നല്ല ചിത്രങ്ങൾക്കുള്ളതിലും കവിഞ്ഞ ആരാധകരെ––നേടിയെടുക്കാൻ സാധിച്ചതെന്തുകൊണ്ടാണെന്ന് ഞാനിപ്പോൾ അറിയുന്നു. എന്നിരിക്കിലും ആ വ്യാകുലമഡോണാരൂപങ്ങളൊന്നും ഇത്രയും നിർലോഭമായി ചുംബിക്കപ്പെട്ടിട്ടില്ല. അവയിലൊന്നുപോലും, നിന്റെ ചിത്രംപോലെ

ഇത്രയും സ്നേഹാർദ്രമായ വികാരവായ്പോടെ ശ്രദ്ധിക്കപ്പെടുകയോ ആദരിക്കപ്പെടുകയോ ചെയ്തിട്ടുണ്ടാവില്ല. വിഷാദമയമല്ലെങ്കിലും നിന്റെ ചിത്രം അമർഷം സ്ഫുരിക്കുന്നതാണ്. നിന്റെ ദയാമയവും വശ്യമധുര വുമായ മുഖത്തോട്, ചുംബിക്കാൻ പ്രലോഭിപ്പിക്കുന്ന ആ മുഖത്തോട്, ആ ചിത്രം ഒട്ടും നീതി കാണിക്കുന്നില്ല. എങ്കിലും സൂര്യപ്രകാശം അവ്യ ക്തച്ഛായമാത്രം പകർന്നു തന്നതിനെ ഞാൻ പൂർണ്ണമാക്കുന്നു; നിശാദീ പംകൊണ്ടും പുകയിലപ്പുകകൊണ്ടും വികലമാക്കപ്പെട്ട എന്റെ കണ്ണു കൾക്ക് സ്വപ്നത്തിൽ മാത്രമല്ല, ഉണർന്നിരിക്കുമ്പോഴും ഛായാചിത്രണം നടത്തുവാനുള്ള കഴിവ് ഇപ്പോഴും ഉണ്ടെന്ന് ഞാനറിയുന്നു. യഥാർത്ഥ മായും നീ എന്റെ മുമ്പിൽ ജീവനോടെ നില്ക്കുന്നതുപോലെയാണത്. നിത്യസമ്പർക്കം നീരസമുളവാക്കാമെന്നതുകൊണ്ട് താത്കാലികമായ ഒരു വേർപാട് ആവശ്യമാണ്. വസ്തുക്കൾ തമ്മിലുള്ള ഭിന്നതകൾ അതി നാൽ മായ്ക്കപ്പെടുന്നു. അടുത്തുനിന്നു കാണുമ്പോൾ ഗോപുര ങ്ങൾപോലും അത്ര ഉന്നതങ്ങളായി തോന്നുന്നില്ല. അതേസമയം നിത്യ ജീവിതത്തിലിടപഴകേണ്ടിവരുമ്പോൾ, ചില ചെറിയ ആകസ്മികത കൾകൂടി വളർന്ന് എല്ലാ സീമകളെയും ഉല്ലംഘിക്കുന്നു. വികാരങ്ങളുടെ കാര്യത്തിലും അതേ മട്ടാണ്. ചെറിയ ശീലങ്ങൾ അടുപ്പംകൊണ്ട് ഒരാളെ നിശ്ശേഷം അടിമയാക്കുകയും പിന്നീടത് ഒരു ആസക്തിയായി മാറുകയും ചെയ്യുന്നു. അവയ്ക്കാശ്രയമായ വസ്തു കാഴ്ചപ്പാടിൽനിന്നു മറയു മ്പോൾ, ആ ശീലങ്ങളും ഇല്ലാതാവുന്നു. മഹത്തായ വികാരങ്ങൾ പ്രിയ പ്പെട്ടവരുടെ സാമീപ്യംകൊണ്ട് ചെറിയ ശീലങ്ങളായി രൂപാന്തരപ്പെടു ന്നു. അവ വീണ്ടും ദൂരത്തിന്റെ മാന്ത്രികശക്തിയാൽ വളരുകയും അവ യുടെ സ്വാഭാവികരൂപം കൈക്കൊള്ളുകയും ചെയ്യുന്നു. എന്റെ പ്രേമ ത്തിന്റെ കാര്യത്തിലും അങ്ങനെയാണ്, ഒരു കൊച്ചുസ്വപ്നത്തിൽപോലും നീ എന്നിൽനിന്നകന്നാൽ മതി, ഉടനെ കാലം അതിനോടൊരു സേവന മനുഷ്ഠിക്കുകയാണെന്ന് എനിക്കറിയാം—വളർച്ചയ്ക്കുവേണ്ടി സൂര്യനും മഴയും സസ്യങ്ങളെ പരിചരിക്കുന്നതുപോലെ. നീ അകലെയായിക്കഴി ഞ്ഞാലുടനെ, എനിക്കു നിന്നോടുള്ള പ്രേമം അതിന്റെ യഥാർത്ഥ രൂപ ത്തിൽ പ്രത്യക്ഷമാവുന്നു. എന്റെ സമസ്തചൈതന്യവും എന്റെ ഹൃദയ ത്തിന്റെ സമസ്തഭാവങ്ങളും ഒന്നിച്ചിഴുകിച്ചേർന്ന വലിയ ഒരമാനുഷരൂപം! വീണ്ടും ഒരു പുരുഷനെപ്പോലെ—ആ വാക്കിന്റെ പൂർണ്ണമായ അർത്ഥ ത്തിൽത്തന്നെ—ഞാൻ വികാരാധീനനാകുന്നു; അതിതീവ്രമായൊരു വികാരക്ഷോഭമെനിക്കനുഭവപ്പെടുന്നു, വിദ്യാഭ്യാസവും വളർന്ന രീതിയും നമ്മിൽ അടിച്ചേല്പിച്ച നാനാമുഖത്വം, വ്യക്തിനിഷ്ഠവും വസ്തുനിഷ്ഠ വുമായ എല്ലാറ്റിനെയും ചോദ്യംചെയ്യാൻ പ്രേരിപ്പിക്കുന്ന സന്ദേഹശീലം —ഇവ നമ്മെ സങ്കുചിതബുദ്ധികളും ദുർബലരും അസംതൃപ്തരും ചഞ്ചല മനസ്കരുമാക്കാൻ മാത്രമുപകരിക്കുന്നു.

പ്രിയപ്പെട്ടവളേ, നീ ചിരിക്കുമായിരിക്കും. ഈ വാചാടോപമെല്ലാം ഇത്ര പെട്ടെന്ന് എനിക്കെവിടുന്നു കിട്ടിയെന്ന് ചോദിക്കുകയും ചെയ്യുമായിരിക്കും. എന്നാൽ നിന്റെ ഹൃദയം എന്റെ ഹൃദയത്തോട് ചേർത്ത മർത്താൻ എനിക്ക് കഴിഞ്ഞിരുന്നെങ്കിൽ, ഞാൻ മൗനംപൂണ്ട് മിണ്ടാതി രിക്കാമായിരുന്നു.

ഈ ലോകത്ത് സ്ത്രീകളെത്രയെങ്കിലുമുണ്ട്. ചിലരെല്ലാം സുന്ദരി മാരുമാണ്––പക്ഷേ, എന്റെ ജീവിതത്തിന്റെ ഏറ്റവും മഹത്തായ, ഏറ്റവും മധുരമായ സ്മരണകളെ പുനരുജ്ജീവിപ്പിക്കാൻ പോന്ന ഭാവരേഖക ളാർന്ന ഒരു മുഖം ഇനിയും ഞാനെവിടെ കണ്ടെത്തും? എന്റെ അവിരാ മമായ വേദനയും എന്റെ തീരാനഷ്ടവും* പോലും നിന്റെ സുന്ദരമായ മുഖത്ത് ഞാൻ വായിക്കുന്നു. നിന്റെ മുഖം ചുംബിച്ച് ഞാനെന്റെ വേദന കൾ മറക്കുന്നു.

"അവളുടെ കൈകളിൽ വീണുറങ്ങി
അവളുടെ ചുംബനത്താലുണർന്നു..."

അതായത് നിന്റെ കൈകളിൽ, നിന്റെ ചുംബനത്താൽ! പുനർജ്ജ ന്മത്തെക്കുറിച്ചുള്ള സിദ്ധാന്തങ്ങൾ ഞാൻ ബ്രാഹ്മണർക്കും പൈഥഗോ റസ്സിനും സന്തോഷപൂർവ്വം വിട്ടുകൊടുക്കട്ടെ; ഉയിർത്തെഴുന്നേല്പിനെ ക്കുറിച്ചുള്ള ഉദ്ബോധനങ്ങൾ ക്രിസ്തുമതത്തിനും.

ഓമനേ, നിനക്കു നല്ലതുവരട്ടെ. നിനക്കും കുഞ്ഞുങ്ങൾക്കും ആയി രമായിരം ചുംബനങ്ങൾ.

നിന്റെ കാൾ.

---

* മാർക്സിന്റെ മകന്റെ മരണം